BLACK WIDOW
At Ibang Maiikling Kuwento

Percival Campoamor Cruz
Alberto Segismundo Cruz

D9900086

Kaibigan Books
Lebec, California, USA 07/2018

Table of Contents

Copyright
ISBN-13: 978-1986679121
ISBN-10: 1986679128

Percival Campoamor Cruz   Alberto Segismundo Cruz

BLACK WIDOW
Percival Campoamor Cruz

Credit: Google images unknown source

Ang matanda, maaga pa ay gising na. Limang oras na tulog lamang husto na. Ganoon ang nangyayari kay Mang Sixto sa tuwing umaga. Magigising siya nang mga alas kuatro, pupunta sa banyo, at di na babalik sa higaan. Sisilipin ang asawa na tulog na tulog pa at naghihilik, bago siya uupo sa kanyang paboritong silyon sa sala.

Antigo ang silyon. Namana sa lolo at ama niya. Yari sa nara, may mahahabang patungan ng braso ito. Maaaring ipatong ang dalawang braso, pati na ang dalawang binti. Ang pinakaupuan ay yari sa buling ratan.Titingin siya sa kisame samantalang nakahilata sa

Percival Campoamor Cruz   Alberto Segismundo Cruz

silyon, nakabukaka, at sasariwain sa isip ang mga "naganap" nang nakaraang gabi.

Kuwentista si Mang Sixto. Nang bata-bata pa ay sumusulat siya ng script para sa mga dramang ipinalalabas sa telebisyon. Kung mga dalawang daang kuwento lamang ay nakasulat na siya at karamihan doon ay ginawang drama at ipinalabas sa telebisyon.

Sa kasalukuyan, ang pagsulat ni Mang Sixto ay pang-alis na lamang ng inip. Paminsan-minsan ay ipinadadala ang kuwento sa isang magasin na kung saan mayroon siyang kaibigang patnugot. Paminsan-minsan ay nailalathala ng magasin ang kanyang kuwento.

Kagabi ay napaginipan niya ang dalawang lalaking apo na iniwan ng ina sa kanila upang silang mag-asawa ang mag-alaga. Ang mga apo ay dalawang taon ang isa at limang taon ang isa. Mga tunay na alagain lalo na't napakalilikot. Walang tigil sila sa katatakbo at katatalon.

Sa panaginip ay ipinasyal nilang mag-asawa ang dalawang bata sa parke. Maraming tao noon sa parke na naglilibang din katulad nila. Habang minamanmanan ang mga apo ay may lumapit sa mag-asawa na isang lalaking may dala-dalang tila mo malaking payong. "Subukan ninyo," sabi ng tao. At dahil malaki ang payong, dalawa silang mag-asawa ang humawak sa pinakapuno nito. Binuksan nila ang payong na agad-agad na bumuka. May elise sa pinakatuktok nito na bigla at mabilis na umikot. Umalsa ang payong tangay-tangay ang mag-asawa. Lumipad ito paitaas na tila helicopter, hila-hila ang mag-asawa. Nagsisigaw si Aling Mary, "Saklolo, saklolo!" Si Mang Sixto naman ay putlang-putla sa takot at kahi't na ibig na maghihiyaw ay walang salitang lumalabas sa kanyang bibig.

Umikot ang lumilipad na payong sa itaas ng parke at pagkatapos ay kusang bumaba. Paglapag sa lupa, biglang bitiw sa payong ang mag-asawa at dahil sa biglaan ang pagkabitiw ay kapuwa sila sumadsad nang paupo sa lupa.

Napakabilis ng mga pangyayari. Magkahalong kaba, pagkalito, at pagkapagal ang naramdaman ng mag-asawa. Di madaling sumabit sa isang lumilipad na bagay at tiyakin na hindi mahuhulog. Kung sila'y bumitiw habang nasa itaas, malamang ay ikinamatay na nila ang pagkahulog. Ngayon ay nagngagalit ang damdamin nila.

"Nasaan ang tarantadong mama na iyon?" Wika ni Mang Sixto, sabay tindig at pagkatapos hila sa asawa at nang siya rin ay makatayo. Naisip ni Aling Mary, "Nasaan ang mga bata?" Karimot nang takbo ang dalawa, patungo sa isip nila na lugar na napag-iwanan sa mga apo. Kabog ang dibdib nila kapuwa, "Diyos ko, baka nawala na ang mga apo ko!" tulalang nasambit ni Aling Mary. "Baka kinuha na ng ibang tao!"

Umuungol nang magising si Mang Sixto. Ilang sandali ang lumipas bago siya nahimasmasan. Samantala ay lumulutang ang isip niya sa pagitan ng katotohanan at ng mundo ng panaginip.

Hindi maunawaan ni Mang Sixto kung bakit nang siya ay tumanda ay dumalas ang dating ng mga nakababahalang panaginip. Noong araw ay nakasusulat siya ng kuwento batay sa malawak na pagbabasa ng mga aklat at magasin na may sari-saring paksa. Ang mga

Percival Campoamor Cruz   Alberto Segismundo Cruz

kuwento niya nitong mga nakaraang panahon ay bunga ng panaginip. Iniisip niya na baka ang mga panaginip ay dala ng mga gamot na iniinom niya. O dahil sa di pa natutunaw ang kinain na hapunan ay natutulog na siya kaagad. Ang ibang tao ba ay ganoon din? Nananaginip din katulad niya, kahi't na sa kanyang kaso, mas malimit yata ang dating ng panaginip kaysa ibang tao?

Panaginip nga ba ang labas-masok sa kamalayan ng matanda? Mga diwa, pangyayari, mukha, hugis, multo? Kung masasabing sakit ang pagkakaroon nang madalas na panaginip, ito ba ay lumalala sa pagtanda? Maaaring ang nagaganap ay ang pagsasanib ng panaginip at simula ng sinasabi nilang pagka-ulian, ang magulong pagsasanib ng mga kaisipang hindi magkakaugnay. Ang pagka-ulian ay ang halimaw na sumisira sa tumatandang utak. Ang ipu-ipong tumatangay sa alaala at katotohanan.

Pagdating nang mga alas seis ay bihis na si Mang Sixto at handa nang lumabas ng bahay. Sakay ng kanyang convertible, two-seater na Honda S2000, pupunta siya sa paboritong Sam's Cafe upang doon magkape at doon ipagpatuloy ang pagmumuni-muni. Dala-dala ang kanyang laptop, mauupo doon si Mang Sixto, at maglilibang sa kanyang computer. May libreng wi-fi ang Sam's Cafe. Ilalagay sa taenga ang headset, isasaksak ang isang dulo ng cable sa laptop, at pagkatapos ay makikinig sa kanyang mga paboritong kanta. Mga isang libong kanta ang laman ng kanyang computer. Eclectic o halo-halo ang music collection niya. Bawa't isang kanta ay mataas ang uri, naaayon sa kanyang paniniwala na ano mang estilo ay nakalilibang at kahanga-hanga, basta lamang maganda, malinis ang tunog, at mahusay ang pagkakagawa.

Percival Campoamor Cruz   Alberto Segismundo Cruz

Pakikinggan niya ang Maya ni Conching Rosal, ang Stairway to Heaven ng Led Zeppelin, ang Live from the Jazz Buffet of Chicago 1993 ng Filipino jazz pianist na si Bobby Enriquez, ang Good Morning, Heartache ni Billie Holiday, ang Wild is the Wind ni Johnny Mathis. Mula kundiman, pagkatapos classic rock, jazz, blues, hanggang standards – ganyan kalawak ang hilig na musika ni Mang Sixto. Kahi't dalawang araw, dalawang gabing magkasunod na pakikinig sa kanyang music collection ay di pa mauubos ang mga kanta.

Makikinig siya habang nagbubutingting ng kanyang computer. Titingin sa mga email, babasa ng balita, bubuuin ang mga kuwento niyang hindi tapos.

Sa isang sulok ng Sam's Cafe ay naroroon din ang isang lilimampuing babae na kasing-dalas ang punta roon katulad niya. Hindi siya kasingtanda ni Mang Sixto nguni't hindi na rin bata. Mababakas sa mukha at leeg ng babae ang bahagyang kulubot, mga palatandaan ng kumukupas na kagandahan at kasiglahan. Sa kanyang kilos, pilantik ng kilay, at pungay ng mata, mababakas ang isang uri ng pagkatao na may dignidad. Mamahalin ang kasuotan ng babae. Mukhang Gucci ang kanyang handbag. Kung humawak sa paper cup at humigop ng kapeng Sam's Cafe ay tila kopa at mamahaling alak ang hinihigop.

Iniisip ni Mang Sixto. "Katulad ko ba siya na maaga kung magising? Naiinip at naghahanap ng magagawa, ng mapagkakaabalahan? Bakit siya nag-iisa? Mukhang may kaya sa buhay, nguni't bakit siya sa mumurahing Sam's Cafe nagpupunta?"

Kung di nakatingin ang babae, ay tititigan siya ni Mang Sixto at maghahanap ng mga palatandaan na makasasagot sa kanyang mga katanungan at agam-agam tungkol sa mahiwagang babae. Kung di nakatingin si Mang Sixto, ang babae naman ang susulyap sa pagkatao ni Mang Sixto. Marahil ay pinag-aaralan din ang buhay niya at kung anong uri ng tao siya.

Dumarating din sa Sam's Cafe si Joe Dumdum. Suki rin siya doon.

Nagkakilala sila isang araw, at naging magkaibigan. Maliksi, magiliw, at hindi nahihiya si Joe Dumdum. Binabati at kinakausap ang mga taong nakakaenkuentro kahi't na hindi niya sila kakilala. Nang umagang iyon na nagkakilala sila, lumapit ang Joe Dumdum kay Mang Sixto at nagtanong, "Maaari ba akong makiupo dito sa inyong mesa? Ako si Joe Dumdum."

Pamula noon ay palaging nagkakakuwentuhan na ang dalawa sa tuwing magkikita. Sa kabuuan, napag-alaman ni Mang Sixto na si Joe Dumdum ay taga-Cebu. Nag-iisa na lamang siya sa buhay. Matatanda na ang mga anak na kung kaya't may kani-kaniya na silang buhay at pamamahay. Nakatira sa isang seniors' apartment si Joe Dumdum. Noon ay kaulayaw ang kanyang asawa. Nguni't nang ang asawa ay mamatay, naging nag-iisa na lamang siya. "Ipinagluluksa ko pa ang pagpanaw niya," sabi niya kay Mang Sixto.

Minsan ay napag-usapan nila ang mga nakatatawang pangalan. "Ha, ha, ha," sabi niya. "Ang Dumdum ay salitang bisaya na ang ibig sabihin ay 'magandang pagdating'. Kung bigkasin ng mga Amerikano

Percival Campoamor Cruz   Alberto Segismundo Cruz

ay dumb-dumb, ha, ha, ha. Tuloy, ang mga anak ko, nagpalit ng apelyido. Pero ako, Dumdum forever!"

Noong umagang iyon ay dumating si Joe Dumdum. Pagkakuha ng kape mula sa counter ay kumaway siya kay Mang Sixto, bago naupo sa harapan ng misteryosang babae.

Nakita niya silang masiglang nag-uusap. Katulad nang dati ay masaya at maraming kuwento si Joe Dumdum. Ang babae na malimit ay tahimik, di ngumingiti, at di tumitinag sa kanyang pagkakaupo kundi lamang kailangang palitan ang pagkakaekis ng kanyang mga binti, ay mahinahon at tila napipilitan lamang siya na makipag-usap kay Joe Dumdum, marahil, bilang pagpapakita ng respeto.

Nakita niya silang sabay tumindig at sabay lumisan sa nasabing Sam's Cafe. Lumipas ang isang araw, isang linggo, dalawang linggo, di na niya nakitang muli si Joe Dumdum.

Isang umaga ay lumapit ang mahiwagang babae sa kinauupan ni Mang Sixto. Nagitla siya.

"Maaari ko ba kayong makausap?" tanong ng babae.

"A, e, puede po. Maupo kayo." Sagot ni Mang Sixto.

"Alam kong tuwing umaga ay naririto kayo. Uupo. Magkakape. Magko-computer. Kung di ko kayo kakausapin ngayon at di ko na kayo makikita pang muli ay buong buhay akong mag-iisip, anong uri kaya ng tao ang mamang iyon." Patuloy ng babae.

Percival Campoamor Cruz   Alberto Segismundo Cruz

"A, e, karaniwang tao po lamang." At nagbigay ng maikling pagpapakilala si Mang Sixto.

"Kung inyo pong mamarapatin ay magpapakilala rin ako sa inyo," at nagsimulang magkuwento ang babae.

Ikinuwento niya na mayaman ang napangasawa niya. Dalawampung taong magkasama sila sa buhay. Di sila nagkaanak. At ang nasabing mayamang asawa ay yumao na. Na siya ay dating marine biologist at matagal na niyang isinuko ang propesyon alang-alang sa asawa at dahil nga sa yaman ng asawa ay di na kailangang siya ay maghanapbuhay pa.

"Nguni't nagkaroon ng sakit na walang lunas ang aking asawa. Isang taon siyang naghirap. Labas-masok kami sa pagamutan. Inalagaan ko siya at puspusang naghanap ng ospital at paraan na makagagamot sa kanya, total ay may salapi kami; nguni't siya at ako ay nabigo. Nang huli ay nagpasiya ang doktor na siya ay iuwi na sapagka't wala na silang magagawa pa sa kanyang kalagayan.

"Naging mainitin ang ulo ng asawa ko. Kahi't na siya ay nakaratay sa higaan ay araw-araw na ako'y kanyang binubulyawan, minumura. Nagsilbi ako sa kanya bilang nars, na tila katulong, na tumugon sa kanyang bawa't isang pangangailangan. Nguni't iyon ay di niya pinahalagahan. Marahil ay nagbago na ang kanyang ugali sanhi ng sakit, marahil ay gumulo na at wala nang katuwiran ang kanyang isip. Nauunawaan ko iyon, nguni't may damdamin din ako at may hantungan ang makakayanan kong pang-aapi at pangbubusabos," patuloy ng babae na noon ay naluluha na.

Percival Campoamor Cruz   Alberto Segismundo Cruz

"Bagama't mahal ko pa rin siya hanggang sa huli, nakaramdam ako ng tuwa at kalayaan, nang siya ay mawala na.

"Malungkot ang nag-iisa. Kailangan ko ng kausap, ng makakatulong sa mga ibig kong matupad. Hindi sapat ang salapi upang maging maligaya sa buhay. May mga alaga akong hayop na mula pa noong ako'y marine biologist pa ay alaga ko na. Sila ang mga kasa-kasama ko sa buhay.

"Nguni't hindi nila maaaring maibigay ang lahat ng pangangailangan ko. Lalo na ang pangangailangan ng isang babae kapag nalulungkot sa pag-iisa."

Sa dakong ito ng pagkukuwento ng babae ay kinilabutan si Mang Sixto. "Naku, po! Baka maniac ang babaeng ito!" Bulong sa sarili.

"Tumingin ka sa mga mata ko, Sixto," sabi ng babae, na noong sandali na iyon ay nagpalit ang anyo: Mula sa pagiging magiliw na kaibigan tungo sa pagiging isang tila mangkukulam. Ibig umiwas ng tingin si Mang Sixto. Sa totoo, ibig na niyang tumayo at umalis. Nguni't nangibabaw ang kapangyarihan ng babae. Nakatingin siya sa mga mata ng babae na tila nangungusap sa kanya na iwaksi sa kanyang isipan ang lahat ng bagay kundi isa lamang na bagay, ang sumunod sa ipinag-uutos niya, ang pagsuko sa pagtanggi.

"Halika na Sixto, sumama ka sa akin," aya ng babae. Tumindig si Mang Sixto at lumakad na nakasunod sa babae. Ang babae ang pumulot sa computer niya na nakapatong sa mesa dahil tila wala na siya sa sarili.

Percival Campoamor Cruz   Alberto Segismundo Cruz

Sumakay sila sa kotse ng babae at nilisan ang Sam's Cafe. Malaki ang bahay ng babae. Mataas ang bakod. Pumasok ang auto sa isang tarangkahan na bakal na bumukas mag-isa. Nang pumasok sila sa pinakabahay ay napansin ni Mang Sixto na may malalaking acquarium na may ilaw na nakapaligid sa malawak na sala. May mga isda sa isang acquarium. May mga pagong sa isa pa. May ahas naman sa isa pang malaking acquarium at nakapulupot ito sa isang putol ng driftwood, nakataas ang ulo, at animo'y nag-aabang ng pagkaing matutuklaw.

At sa isang dako ng sala ay may bukal, sabihin nang tila pinagawang maliit na swimming pool, na sa sukat at lalim ay makalulubog ang dalawang malalaking tao. Ang tubig sa bukal ay hindi matahimik. Tuloy-tuloy ang ingay na kung baga ay may kumakalikaw sa ilalim nito. Sa ilalim ng tubig ay tila may malilikot, nagkikikisaw na kung ano mang hayop-tubig na naninirahan doon.

Mistulang alipin ang nangyari kay Mang Sixto. Sa silid ng babae ay naganap ang panghahalay sa kanya. Naghubad ang babae at hinubaran niya si Mang Sixto at pagkatapos ay pinangibabawan niya siya.

Kahi't may edad na si Mang Sixto at may problema sa prostata ay di maiwasan na siya ay mag-init at bumandila ang kanyang pagkalalaki. Nagkaroon ang dalawa ng malikot, maingay, marahas, at malupit na pagtatalik.

Si Mang Sixto ay sumailalim sa hipnotismo ng babae. Ang kanyang isipan ay nasa gitna ng kamalayan at walang kamalayan. Ang babahagya niyang kamalayan ay nagbibigay sa kanya ng babala, "Ang babae ay isang black

Percival Campoamor Cruz   Alberto Segismundo Cruz

widow! – ang gagambang pinapatay ang lalaki pagkakatapos na makipagtalik!" Ibig niyang magpumiglas, tumakas, nguni't di niya ito magawa.

"Ang bukal sa sala," naisip niya, "pugad ng mga piranha!"

Naisip niyang pinatay ng babae ang bugnutin niyang asawa. Pinalamon sa mga piranha!

Naisip niya si Joe Dumdum na basta na lamang nawala.

Naisip niya si Mary, ang kanyang asawa, na naghahanda na ng pananghalian nang mga oras na iyon at nagtataka kung bakit hindi pa siya nakababalik sa bahay.

Naisip niya ang kanyang convertible Honda S2000 na nakaparada pa sa Sam's Cafe.

HOUSEWIFE FOR RENT
Percival Campoamor Cruz

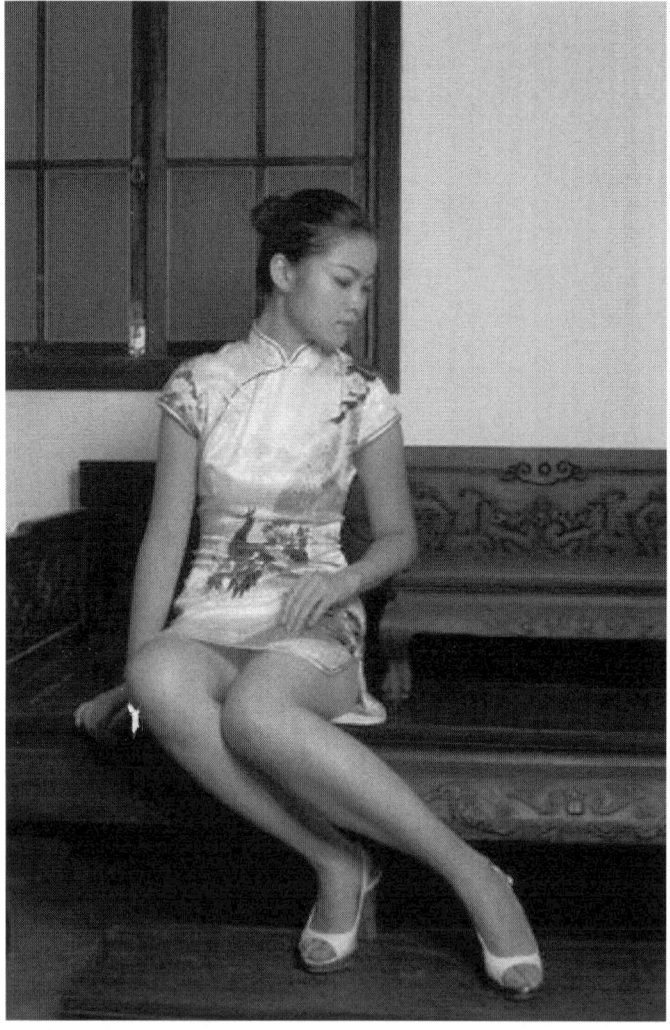

Percival Campoamor Cruz   Alberto Segismundo Cruz

"Pambihira!" sabi ni Romano. "Pati pala housewife, nauupahan na."

Sabi sa anunsyo: "Masipag, mapagkakatiwalaan. Handang maglingkod sa tahanang walang asawa. Magluluto, maglalaba, maglilinis ng bahay. Puwedeng arawan o buwanan ang bayad. Tawagan si Sarah sa Cell Phone 09137185346868."

Nakita ni Romano ang anunsyo sa Craigslist. Kahihiwalay pa lamang niya sa kanyang asawang amerikana. Nagsama sila nang isang taon; hindi sila nagkasundo sa maraming bagay sa dahilang hindi magkatugma ang kanilang mga ugali at hilig. Naghiwalay sila nang mapayapa. Ang amerikana ay bumalik sa kanyang mga magulang sa Los Angeles, California.

Sa isang unibersidad sa California nag-aral ng business si Romano. Nang makatapos ay kinuha siya ng isang malaking bangko na kung saan siya ay naging vice president kaagad. Nang magsawa sa buhay Amerika, umuwi sa Pilipinas si Romano.

Sa Amerika ay madaling maangkin ang magagandang bagay katulad ng auto, alahas, bahay, ang mga pinakabagong telepono, computer, at kung anu-ano pang luho sa buhay. Nguni't ang mga tao doon ay subsob sa trabaho. Sa bahay man ay trabaho pa rin ang kinakaharap dahilan sa pangyayaring hindi uso ang magkaroon ng katulong. Ikaw ang maglalaba ng iyong damit, magluluto ng iyong pagkain, maglilinis ng iyong bahay, magtatapon ng iyong basura. Hindi uso ang tsuper; ikaw ang magmamaneho ng iyong sariling auto.

Percival Campoamor Cruz   Alberto Segismundo Cruz

Bihira ang makapag-aanyaya ka ng kaibigan upang kayo ay mag-good time; sapagka't ang lahat ay abala sa trabaho. Mas masarap ang buhay sa Pilipinas. Ang pamumuhay sa bayang sinilangan ay walang katapusang good time. Kung marami kang pera. Iyan ang mga palaisipan na nagtulak kay Romano na mag-balikbayan.

Tinawagan ni Romano ang kaibigang si Tony. Ibig niyang makuha ang opinyon ng matalik na kaibigan.

"Housemaid ang trabahong hinahanap ng taong iyan, hindi housewife," paliwanag ni Tony.

"Ang linaw, pare. Sabi sa ad, 'housewife'," tutol ni Romano.

"Gimik l'ang, 'yan," dagdag ni Tony, "para ma-intriga ka."

Ang ginawa ni Romano ay tinawagan ang nag-aalok ng serbisyo at gumawa ng appointment para sa isang interview.

Ang dumating sa interview ay isang magandang babae na ang edad ay tatlumpu't tatlo, humigit-kumulang. Kayumanggi ang kulay ng balat, hindi siya kataasan, pero hindi rin maliit; may kahabaan ang buhok, balingkinitan ang katawan, at maaliwalas ang pagmumukha. Bilugan at puno ng buhay ang kanyang mga mata. Ang labi'y mapula kahi't na walang lipstick.

Ang inaasahang makita ni Romano ay isang may katandaan nang babae, maliit, mataba, at may mga kapintasan. Nagulat siya na ang dumating sa interview ay

Percival Campoamor Cruz   Alberto Segismundo Cruz

isang babaeng malakas ang personalidad at sadyang kaakit-akit.

"Talaga bang ikaw si Sarah?" usisa ni Romano.

"Bakit, may inaasahan ba kayong iba? Ako nga si Sarah," mahinahong sagot ng babae.

"Wala. Ikaw lamang ang aking inaasahan," sagot ni Romano. At dugtong niya, "sa ilang pananalita ay maaari mo bang ilarawan ang iyong sarili?"

"Ako si Sarah Fernandez, tatlumpu't isang taong gulang, dating may asawa, ngayon ay housewife for rent. Kakaunti ang aking pinag-aralan, nguni't ako ay dalubhasa sa kung fu at may title na 'master'.

"Namatay nang maaga ang aking asawa. Naghahanap ako ng bahay na matitirahan, at kung saan man ang bahay na iyan, kanino man ang bahay na iyan, ako'y handang magsilbi katulad ng pagsisilbi ng isang asawa," sagot ni Sarah.

Habang nagsasalita si Sarah ay lumiligid ang kanyang paningin at sinusuri kung anong uri ng pamamahay mayroon si Romano. May kalakihan ang bahay ni Romano. Masasabing ang bahay ay bahay ng isang may kaya sa buhay, batay sa laki at desenyo nito. Mataas ang kisame, yari sa magandang kahoy ang sahig at dingding. Malinis ang kapaligiran at kaaya-aya ang pakiramdam, hindi maalinsangan, maganda ang ikot ng hangin sa loob ng bahay na nagmumula sa malalaking bintana.

"Maaari kang maging sekretarya o clerk, saleslady kaya, o modelo. Bakit ibig mong manilbihan bilang isang housewife for rent?" tanong ni Romano.

"Hindi siguro ako matatanggap sa mga nasabi mong trabaho dahil sa hindi ako nakatapos ng pag-aaral," sagot ni Sarah. "Ang ibig ko ay maging isang live-in domestic helper, sa ibang salita, at nang may suweldo na ako ay mayroon pa akong matitirahan."

"Bakit hindi mo inilagay sa iyong anunsyo na 'live-in domestic helper'; bakit ang inilagay mo ay 'housewife for rent'?" nagtanong pang muli si Romano.

Sagot ni Sarah, "Ako'y naging mapagmahal at masunuring asawa at ang pagsisilbi ko sa aking naging asawa ay higit pa sa pagsisilbi ng isang katulong. Taga-luto, taga-laba, taga-linis, taga-pamili, at sa gabi ay kasiping sa kama. Nagsilbi ako sa asawa ko na walang sahod at sa huli ay namatay siya na wala man lamang naiwang insurance o mana na maaari kong ikabuhay. Ako ay mahirap pa sa daga ngayon at ang aking mga magulang at mga kapatid na nasa probinsya ay walang kakayahan na ako ay matulungan. Sila pa nga ang umaasa na ako ay makapagpapadala ng pera sa kanila."

"Kung tatanggapin kita, gagawin mo ba ang lahat ng pagsisilbi na binanggit mo na ibinigay mo sa iyong asawa?" patuloy ni Romano.

"Ang ibig mong sabihin ay . . ."

"Oo, hanggang doon sa pagsiping sa gabi," dugtong ni Romano.

Percival Campoamor Cruz   Alberto Segismundo Cruz

"Hindi ako babaeng tila kalapati na mababa ang lipad. Huwag mo akong husgahan. Ang aking naging asawa ay siya lamang na lalaki na aking nakasiping. . .

"Magkakasama tayo sa iisang bubong at maaaring magkakasama tayo sa iisang silid, sa iisang higaan. Maaaring mangyari ang lahat ng iyan. Nguni't walang pilitan. Maaaring isuko ko sa iyo ang aking kapurihan, kung iyan ang aking magiging pasiya. Kapag gumamit ka ng lakas at dahas, kaya kong ipagtanggol ang aking sarili; kung kaya't mag-isip ka muna bago ka gagamit ng dahas," paliwanag ni Sarah. "Ang ating kasunduan ay kasunduang 'strictly business', hanggang sa ito ay humantong sa higit na mataas pang kategorya," dagdag ni Sarah.

Isang gabing umuwi si Romano ay naabutan niyang si Sarah ay naliligo. Hindi nakapinid ang pinto sa silid niya kung kaya't nagkaroon ng pagkakataon ang lalaki na sumilip sa loob ng silid. Narinig niya ang buga ng tubig na nanggagaling sa dutsa; hindi rin nakapinid ang pinto na patungo sa banyo. Bahagyang binuksan ni Romano ang pinto at sumilip sa loob ng banyo. Naaninag niya sa salamin ang hubad na katawan ni Sarah na noong minuto na iyon ay walang patumanggang nagpapasarap sa ginhawang dulot ng maligamgam na tubig at walang kamalay-malay na may matang nakakikita sa kanyang nakatutuksong alindog.

Nagdalawang-isip si Romano: Lilisanin ba niya ang kapanapanabik na tagpo o ipaaalam niya kay Sarah na siya ay naroroon sa may pinto at humihingi ng permiso na makapasok. Pinili niya na maging matapang at kaharapin kung ano man ang magiging reaksyon ni Sarah. Kinatok niya ang pinto at nagsabi nang, "Sarah, bukas ang lahat ng pinto. Baka 'kako may nangyayaring masama sa iyo."

"Sandali l'ang. Lalabas na ako," sagot ni Sarah. At sa ilang sandali, habang si Romano ay nakaupo't naghihintay sa may kama ay lumabas si Sarah ng banyo na nakabalot ng bata de banyo ang katawan at ang ulo ay nakabalot ng tuwalya.

Pumailanlang sa palibot ang mabangong samyo na galing sa katawan ni Sarah. Mabilis na uminit ang katawan ni Romano dahilan sa pagkakabulid sa isang tagpong nakalalasing sa lahat ng pakiramdam. Inisip niya na ang pakikipagtalik kay Sarah na matagal na niyang inaasam-asam ay maaaring maganap noon mismong oras na iyon. May matindi siyang isang pakiramdam na sa araw-araw ay nararamdaman niya, pagnanais na palakas nang palakas ang tindi habang lumalakad ang panahon.

Tumindig si Romano, nilapitan si Sarah, at akmang yayakapin ang babae. "Sarah, handa ka na bang magsilbi bilang housewife?" Hindi tumanggi si Sarah, nakipagyakapan kay Romano. Isinuko ang labi, ang katawan, sa mapangahas na labi at mga daliri ni Romano.

Ang mabilis na pangyayari ay naganap sa isipan lamang ni Romano habang nakikipag-usap kay Sarah tungkol sa pag-aapply sa trabaho ng huli. Saglit siyang nangarap sa magandang pangyayaring maaring maganap kapag nagpasiya siyang tanggapin sa trabaho si Sarah.

"Romano!" sabi ni Sarah. "Para kang namamalik-mata. Naintindihan mo ba ang sinabi ko?"

Percival Campoamor Cruz   Alberto Segismundo Cruz

"Ah, e, oo. Ang sabi mo, maaaring humantong sa mas mataas pa na kategorya. . ."

Tinapos ni Romano ang interview at sinabihan si Sarah na siya ay magpapasiya sa darating na bukas.

Kinabukasan ay nag-usap muli ang magkaibigang Romano at Tony sa telepono.

"Pare, ibig ko siyang tanggapin sa trabaho nguni't may mga inaalaala ako. Hindi ko siya kakilala. Totoo kaya ang mga pinagsasabi niya. Baka siya ay magnanakaw. Kukunin ang aking confianza, pagkatapos ay pagnanakawan ako. O baka siya ay isang serial killer. Gigilitin ang leeg ko habang ako'y natutulog," pasubali ni Romano.

"Iyang laki mong 'yan ay matatakot ka sa isang maliit na babae?"

"Pare, kung fu master daw siya."

"Romano, kung ako ikaw ay tatanggapin ko siya. Palay na ang lumalapit sa manok, ayaw mo pang tumuka."

Pinag-isipang mabuti ni Romano kung ano ang kanyang gagawin. Kasalukuyang siya ay nag-iisa sa dahilang kahihiwalay pa lamang sa asawa. Kailangan niya na may makasama sa bahay, na may makausap, at may makasama sa mga lakad. Hindi bale na ang pagluluto, paglilinis, at paglalaba. Hindi malaking pangangailangan ang mga iyon. Maaaring kumain sa labas, umupa ng tagalinis, at magpalaba sa laundry. Higit na mahalaga ang may nakakausap, nakakasalo sa buhay, sa hirap at sa sarap.

May kaya siya sa buhay. May minanang salapi galing sa mga magulang at kasalukuyan ay kumikita ng malaki bilang vice president sa isang bangko sa Makati. Maaari siyang manligaw ng mga napupusuang babae sa opisina. Maaaring siya ay maghanap ng makikilala sa mga party o singles bar. Maaari siyang maglakbay, mangibang-bayan, at humanap ng isa ring foreigner katulad ng unang asawa na mapapangasawa. Isip ni Romano, malaking trabaho ang manligaw at maghanap ng mapapangasawa. Samantalang heto na si Sarah, volunteer housewife, maganda at tila may laman naman ang ulo kahi't na hindi nakapag-aral nang husto.

Nang makapagpasiya na si Romano ay tinawagan muli sa telepono ang kaibigan niyang si Tony.

"Tony, ang pasiya ko ay hindi. Hindi ko tatanggapin sa trabaho si Sarah."

"Unbelievable! Pambihira ka, Romano. Palalagpasin mo ang isang napakagandang pagkakataon."

"Hindi mo naiintidan,Tony. Hindi kami nagkasundo sa suweldo."

"Bakit, magkano ang gusto niyang suweldo?"

"Isang milyon sa loob ng isang taon, P84,000 buwan-buwan! Gusto pa may life insurance at health insurance, retirement at paid vacation benefits!"

Percival Campoamor Cruz   Alberto Segismundo Cruz

Napatawa nang malakas si Tony. Naisip niya na talagang smart si Sarah. Bago pinintasan ang pasiya ng kaibigan, "Romano, di ko akalaing tatanggihan mo si Sarah. Gago ka, pare. Sorry, pero talagang gago ka, kaibigan! Dahil lamang sa suweldo."

Nagulat si Romano, bago ang tanong sa kaibigan, "Bakit naman ako naging gago?"

"Mangyari, unang-una, kaya mo namang magpasuweldo ng isang milyon. Pangalawa, hindi mo naisip na mas magastos ang tunay na asawa. Ang asawa ay may karapatan sa kalahati ng iyong yaman at pag-aari.

"Nagkaasawa ka nang isang taon; hindi ba ibinahay mo siya, pinakain, binihisan, ibinili ng auto, ipinasyal kung saan-saan, niregaluhan mo ng alahas, ipinagamot nang magkasakit, ibinili ng insurance, at lahat ng luho sa buhay? Magkano ang halaga ng lahat na iyan?

"Ipinaglaba ka ba ng damit, ipinagluto ka ba, menasahe ka ba sa gabi? Ang asawa mo ay pinabayaan mong maging isang donya. At sa huli ay iniwan ka. Ang masakit ay patuloy ang pagbabayad mo ng alimony sa asawa mo. Wala na siya nguni't pinagkakagastusan mo pa rin. At kung sakaling namatay ka habang kayo ay kasal, ang kayamanan mo ay napasakanya sana. Hindi ba kagaguhan ang pasiya mo, Romano?"

Nag-isip nang malalim si Romano. Pinag-aralan nang mabuti ang mga sinabi ni Tony. Nagpalipas nang ilang araw bago gumawa ng pangalawang pagpapasiya tungkol sa pagtanggap kay Sarah. Pagkatapos ay tinawagan niya sa telepono si Sarah.

Percival Campoamor Cruz   Alberto Segismundo Cruz

"Sarah, ang sagot ko ay oo. Tanggap ka sa trabaho."

Percival Campoamor Cruz   Alberto Segismundo Cruz

LIMOTAGAD
Percival Campoamor Cruz

*Credit: **Portland Oregon Acupuncture***

Totoong doktor si Dr. Hwang. Sa China. Nang mag-immigrate siya sa Los Angeles, California, sinubukan niyang kumuha ng license upang makapag practice ng medicine sa kanyang bagong bayan. Hindi siya nakapasa sa exam. Kumuha muli ng exam at di muli nakapasa.

Nagpasiya si Dr. Hwang na huwag nang sumubok muli na makakuha ng license. Naisip niya na magbukas na lamang ng clinic na ang specialization ay oriental medicine. Di kailangan ang western medical license upang makapagpatakbo ng oriental medicine clinic.

At upang agad ay dumami ang kanyang pasyente at bumuti ang kanyang kita, naglagay siya ng sign sa harap ng clinic na nagsabi ng ganito: "Tiyak na lunas o sauli ang bayad nang doble".

Percival Campoamor Cruz   Alberto Segismundo Cruz

Pasyente si Mang Nicolas. "Dr. Hwang, sabi niya, ang Mrs. ko may high blood siguro. Laging galit sa akin."

"Ah," sabi ni Dr. Hwang, "may high blood ang Mrs. mo! Bakit ikaw ang naririto?"

"Kasi nagkasakit na ako sa buwisit dahil sa kagagalit ng Mrs. ko!".

Pagpasok sa clinic ang pasyente ay sinisingil kaagad ng receptionist ng $20.00.

"Alright, naintindihan ko na," sabi ni Dr. Hwang. Tinawag niya ang kanyang nurse at nag-utos, "bigyan mo sila ng 12 tablets ng Limotagad."

Payo niya kay Mang Nicolas, "uminom ng isang tableta tuwing nagagalit."

Tanong ni Mang Nicolas, "sino ang iinom, ako o ang Mrs. ko?"

"Ang Mrs. mo. Pag-inom niya ng Limotagad, malilimutan niya kaagad kung bakit siya nagagalit."

At masayang nagpaalam si Mang Nicolas.

Pasyente rin si Bruno. Nguni't si Bruno wala talagang sakit. Magulang siya. Mapagsamantala.

Sabi niya kay Dr. Hwang, "wala akong panglasa. Di ko nalalasahan ang pagkain o inumin."

Idinagdag niya, "Doc, totoo ba na sauli ang bayad

Percival Campoamor Cruz   Alberto Segismundo Cruz

nang doble pag di nagamot ang sakit?"

"Guaranteed," sabi ni Dr. Hwang.

Bulong sa sarili ni Bruno, "Yari na ang doktor na ito. Sigurado doble balik ng pera ko."

Tinawag ni Dr. Hwang ang nurse at nag-utos, "Bigyan mo ako ng No. 1".

Ang No. 1 ay likido na nasa loob ng isang Dr.opper. "Buka bibig," utos kay Bruno.

Pagbuka ng bibig ay nagpatak doon ng isang patak ng likido ang doktor.

Napasigaw si Bruno. Napadura pati. "Kerosina!"

"Tama, kerosina. Balik na ang panglasa mo!" Matagumpay na pahayag ng doktor.

Bigo si Bruno. Hindi niya naisahan ang doktor. Lulugo-lugo siya nang nilisan ang clinic.

Isa pang pasyente si Domingo. "Doc," sabi niya, "kailangan ko ng Viagra."

"Mayroon akong gamot mas mahusay sa Viagra. Hindi iniinom. Samakatuwid, walang side effects. Ipinapahid gamit ang daliri. Pagkapahid, 5 minutes lamang, matigas na ang pinahiran."

Inutusan ang nurse. "Maglabas ka nga, iha, ng isang

Percival Campoamor Cruz   Alberto Segismundo Cruz

bote ng Tigasulo para kay Mr Domingo.

"O, sige, punta ka sa bathroom. Ipahid mo at bumalik ka rito after 5 minutes."

After 5 minutes, bumalik si Domingo na napakalaki ang ngiti sa pagmumukha. Sabi niya sa doktor, "successful, doc, pati daliri ko matigas!"

Ayaw magpapatalo si Bruno. Bumalik siya kay Dr. Hwang upang mabawi ang pera. Pagpasok, bayad siya ng $20 sa receptionist.

"Sigurado, balik pera na ngayon. $40 ang babalik. Bawi na ako." Inisip ni Bruno.

"Doc", sabi niya, nawala ang aking memorya. Wala akong maalaala."

"Nurse," nag-utos ang doktor, "pakibigay ng No. 1."

Ipinatak ang No. 1 sa bunganga ni Bruno.

"P_ _ _ _ _ _ ina! Kerosina na naman!"

"Congratulations, Bruno. Balik na ang iyong memorya."

Lumabas ng clinic si Bruno na dumudura at nagmumura.

Napabalita ang husay ni Dr. Hwang sa paglalapat ng gamot, lalo na sa mga lalaking mayroong erectile

Percival Campoamor Cruz   Alberto Segismundo Cruz

dysfunction.

Isa sa mga binigyan niya ng gamot ay si Mike. Ang ibinigay niya kay Mike ay ang tinatawag na Soup No. 5.

Payo niya kay Mike, "bibigyan ka ng nurse ng isang bag ng Dr.ied bulls' penises and balls. Pakuluin mo hanggang sa lumambot, pagkatapos ay higupin mo ang sabaw."

At umuwi si Mike at sinubukan ang payo ng doktor.

Kinabukasan, dala ang isang kalderong sabaw, ay bumalik sa clinic si Mike.

"Tingnan mo, doc, ang sabaw, matigas pa rin ang partes ng baka. Limang oras nang pinakulo iyan!"

Inusisa ng doktor ang laman ng kaldero at pagkatapos ay tumawa nang malakas. "Alam ko na ang problema. Nagkamali ang nurse. May napahalong partes ng babaeng baka sa supot. Hindi nga lalambot kasi may pekpek sa kaldero!"

Walang kadala-dala si Bruno. Nanggigitil siya na mabawi ang pera na ibinayad sa doktor. Kung kaya't isang araw ay kumunsulta na naman kay Dr. Hwang.

"Dr. Hwang, hindi ako makakita."

Sabi ni Dr. Hwang, "iyan ay isang problema na di ko magagamot. Sorry. Ibabalik ko at dodoblehin ko ang ibinayad mo ngayon. Bibigyan kita ng $40. Isasauli ko rin ang $40 na ibinayad mo noong dalawang bes ka nagpatingin dito. Samakatuwid, heto ang $80." At inilagay ng doktor sa palad ni Bruno ang apat na $1 bills.

Sinipat ni Bruno ang salapi sa kanyang palad. "Doc, $4 lang ang ibinalik mo."

Mabilis na hinablot ng doktor ang pera. "Akin na ang $4. Nakakakita ka na!".

Ang aral ng kuwento: "Matalino man ang matsing, napaglalangan din."

(May mga bahagi ang kuwento na batay sa mga kuwentong-bayan o patawa na umiikot sa mga kuwentuhan na hindi mabatid kung sino ang awtor.)

Percival Campoamor Cruz   Alberto Segismundo Cruz

JEU DE MOTS
Percival Campoamor Cruz

|sang linggo nang magkasama ang dating
magkaeskwela sa high school. Galing sa Paris ang isa; ang
isa naman ay galing sa San Jose del Monte at sa Pilipinas
na tumanda. Magkabarkada sila sa high school at may
magkatulad na pagkabata. Kapuwa sila mahirap at may
extra baggage. Tatlumpung taon ang lumipas, naging
napakalawak ang pagkakaiba ng kanilang mundo.

Nasa restaurant sila. Pagkahatid ng waiter sa mesa
ng isang pulutan.

"Lagniappe!"
"Ano na namang kaburatan iyan. Pa lagniappe

Percival Campoamor Cruz   Alberto Segismundo Cruz

lagniappe ka pa. Gusto mong mapilipit ang dila ko. Saang tribu ba galing ang lagniappe? Sabihin mo na l'ang pulutan."

"You have no idea."

Bilib na ako sa 'yo. Highfalutin ka, ratbu; pero tigilan mo na nga ang pa impress. Mabaho din ang utot mo."

"The most certain things in life are uncertainties."

"Kaya?..."

"Ako, isang bakla, iisipin mo bang maging linguist at word whiz? Very uncertain. Pero nangyari. Heto ako, bigger than life."

"Saang ilog mo ba hinahalukay ang mga salita?"

"I'm an angler of words. A digger of treasures."

"Multi-lingual ka ba, wide reader, mahusay sa scrabble, world traveller; o supot ka lang na hambog?"

"All of the above. By the way, hindi ako supot. Nagpa sex reconstruction na ako."

"Noong isang araw, ang suot ng babae, sabi mo 'risque'. Gusto na kitang sungangain, buti na lang napigilan ko ang sarili ko. Iyon pala gusto mo l'ang sabihin na iskanadalosa ang damit ng ale.
    "Ang mga salitang binibitawan mo, nakapagdudugo

ng ilong.

"Magaling ang memorya ko. Sabi mo, cri de coeur. Wagyu. Douchebag. Furnomenon. Doppelganger. Chutzpah! Pag kasama kita, kailangan may baon akong diksyunaryo."

"Pareho tayo bakla, di ba? So, makakarelate ka... Noong nasa high school tayo, binu-bully tayo ng lahat ng tao. Itinatago natin ang pagkabakla pero hindi successful. Kaya't tayo'y ginagaya, pinagtatawanan, at hinihipuan pa sa puwit.

"Sa bahay, ganoon din. Ang almusal, tanghalian, at hapunan ay sermon mula sa tatay. Ibig niyang maging lalaki ang anak na ang puso at kaluluwa ay babae.

"Salamat sa nanay. Inibig niya ako kahi't bakla. Kung kami lamang ang nasa bahay, okay na mag lipstick ako, magsuot ng bestida, isuot ang kanyang high heels, at ako'y magsayaw-sayaw.

"Ipinangako ko sa aking nanay na ako ay magiging mahusay na tao at magtatagumpay sa buhay. Ako'y ipagmamalaki ng aking nanay at tatay!

"Dahil sa kahirapan, hindi ako nakapasok sa kolehiyo; Nag waiter ako sa Hotel Continental. Doon ko nakilala si Francois. Guest ng hotel. Nagustuhan niya ang service ko at nakagaangan niya ako ng loob.

"Naging penpals kami ni Francois. Minsan ay sinabi niya sa sulat na matutulungan niya akong makakuha ng visa patungong France. Kung interesado daw ako.

"Ako pa? Eh di, oo agad.

"To cut the story short, nakuha ko ang visa, nagpadala ng airline ticket ang Francois, at parang pinaginip, parang isang kisap-mata lamang, ako'y nasa alapaap na sakay ng isang Air France.

"Iyak nang iyak ang nanay ko. Bakit ko daw siya iiwan gayong ako lamang ang kanyang nag-iisang anak. Ayaw ipakita ng tatay ko, pero alam ko na napaiyak din siya, nang ako'y di nakatingin.

"'Au revoir' Filipinas!", sabi ko.

"O, ano, are you flummoxed by my fortuitous cinderella story? Itutuloy ko ba?"

"Sige, very interesting. Minimize mo l'ang iyong mga malalalim na salita."

"Obrigado. Doon ako tumira sa bahay ni Francois. Ang tatay pala niya ay may mataas na katungkulan sa pamahalaan. Mayaman sila. At si Francois ay grand couture - fashion designer - sa Ungaro.

"Hindi halata. Silahis si Francois. Kalahating babae, kalahating lalaki. Isang araw ipinagtapat niya na may interes siya sa akin at kung papayag ako ay magiging magsyota kami.
"Diyos ko, day. Gusto kong himatayin. Sa bait at sa guwapo ni Francois, paano ako magpapakipot pa? I could

not be otiose. Oo kaagad."

"Ay naku, mapapaiyak yata ako sa istorya mo, sis. Saka pasensya ka na, rough ako sa iyo. Akala ko ikaw pa rin ang mahirap at low class na bakla, katulad ko, na noon ay kasakasama ko sa araw-araw.

"Wala akong ganyang success story. Wala pa rin akong datong. Isang kahig isang tuka pa rin. Alalay ng isang baklang director sa pelikula. Walang pinag-aralan. Pinagtampuhan ng tadhana."

"Kalamayin mo ang loob mo. Life is a mixed bag. I feel empathy for you. I'm not one who will gloat over your tragedy. Wala akong feeling na schadenfreudes.

"Anyway, sa tulong ni Francois ay naging jewelry designer ako. Nag design ako ng mga pulseras at kuwintas na ethnic ang itsura. Nagsabit ako ng mga boracay shells, colored stones, pira-pirasong kawayan at kamagong sa mga jewelry. Kwela, sis; putok! Naloka ang mga babae sa France.

"Ngayon, ang brand name na Joseh Tagulaylay, ako, ay mamahaling jewelry brand sa France at Europe.

"Nang dumating ako sa France, wala akong alam. Pilipit ang dila ko. Ang suwerte ko ay matalas ang aking tenga. Pag may narinig ako, natatandaan ko. Hindi nalilimutan.

"Iyon, para akong tape recorder. Itini tape sa memorya ang naririnig at pagkatapos ay ni re replay. Panood ako ng sine, ng tv, pakinig sa radyo, pakinig sa mga usapan. Ngayon ako'y mahaderang bakla na magaling sa French, German, at English."

"Maiba ako, ano ba ang kakainin natin? Lagniappe lamang ba?

"Absolutely not. I ordered foie gras and we will wash it down with vintage pinot gris."

"Ay naku, mare, hanggang kwek-kwek l'ang ako at Ginebra. Pasensya ka na."

"May sorpresa ako sa 'yo. Isasama kita sa Francia. Ikaw ang aking magiging super alalay.

"Ang masasabi ko sa iyo: 'A vaillant coeur rien d'impossible.' Walang imposible sa malakas ang loob."

"Talagang maiiyak na ako. Sa tuwa. Atsi na ang itatawag ko sa iyo mula ngayon."

"Take a deep breath and dispel your agita. Don't worry."

"Balbaleg ya salamat!."

"Ano iyon?"

"Maraming salamat sa Panggalatok."

Percival Campoamor Cruz   Alberto Segismundo Cruz

ENGRANDE ANG KASAL NG MRS. NIYA
Percival Campoamor Cruz

Credit: dreamstime

Wala namang eskwela na maaaring pasukan ang isang lalaki upang mapag-aralan ang pag-aasawa.

Percival Campoamor Cruz   Alberto Segismundo Cruz

Ang pag-aasawa, unang-una, ay biglang nangyayari na lamang. Hindi ka naman naghahanap ng asawa. Ang nangyayari ay biglang dumarating ang isang pagkakataon na di inaasahan at nariyan na sa iyong harapan ang isang babae na nagpapatibok sa iyong puso. Nariyan ang isang babae na kung sa ano pa mang kadahilanan, ikaw ay nagpapatibok din sa puso niya. At handang magpakasal sa iyo.

Payo ng magulang: Anak, kung mag-aasawa ka ay humanap ka ng mayroong pinag-aralan. Anak, kung mag-aasawa ka ay humanap ka ng may kaya sa buhay, kahi't na hindi kagandahan. Anak, kung mag-aasawa ka ay iyong masipag. . . Di lang naman payo sa mga lalaki, pati ang mga babae ay nakaririnig din ng ganyang mga payo.

Sabi ng ina niya: Kung mag-aasawa ka, anak, mabuti na iyong ang mapipili mo ay kalahi natin.

Ang napangasawa niya ay anak ng Intsik.

Napakaganda ni Consuelo Tan. Makinis ang kanyang balat, tila porcelana. Katamtaman ang kanyang taas, bagay sa kanyang mapapangasawa, dahil hindi naman siya mataas na lalaki. Maiitim ang mata, at siempre, singkit. Mabilog ang kanyang pangangatawan, punong-puno ng pagmamahal.

Nagkita sila, nagkilala, naging mabuting magkaibigan, pagkatapos ay naging magkasintahan sa loob ng isang oficina na kung saan kapuwa sila empleado.
Suwerte ang nagdala sa kanila sa iisang lugar.

Percival Campoamor Cruz   Alberto Segismundo Cruz

Malay ba niya na doon siya mapapasok sa K.C. Tan Construction Co. Sa dinami-dami ng pinadalhan niya ng job application letters ay doon siya natanggap. Ginawa siyang market researcher at si Consuelo ay ganoon din ang trabaho.

At sa gayong pangyayari ay lagi silang magkasama ni Consuelo, pati na doon sa mga pagpunta sa iba't ibang lugar upang kumalap ng market data.

Hindi niya alam na si Consuelo ay pamangkin ng may-ari ng kompanya, si Mr. Tan.

Hindi niya alam na may kaya sa buhay ang familia ni Consuelo.

Hindi niya rin alam na sa mga Intsik, bawal na bawal na ang babae ay mag-asawa ng hindi nila kalahi.

Malamang ay hindi alam ng mga magulang ni Consuelo na sila ay mayroon nang relasyon.

Sila'y mag-asawa na sa mata ng Diyos. Nanumpa sa isa't isa na magmamahalan habang buhay. Nagsalo na sila sa gawain, sa pagkain, sa panahon, sa iisang higaan. At upang lalong matibay ang kanilang relasyon ay nagpakasal sila sa isang judge. Kahi't na lihim, na sila lamang ang nakaaalam, ay nagkaroon sila ng civil marriage.

Hindi man siya anak-mayaman ay mataas naman ang pinag-aralan. Hindi niya alam na ang pagiging hindi mayaman ay magiging balakid sa pagiging mag-asawa nila ni Consuelo. Hindi niya rin alam na ang kulay ng balat ay magiging udlot sa pagtanggap sa kanya bilang asawa ni Consuelo.

Isang araw ay nabatid niya ang katotohanan. Nang makita niya sa oficina si Consuelo ay mapulang-mapula ang mga mata sanhi ng pag-iyak. Kinakausap niya nguni't hindi sumasagot at umiiwas sa kanya.

Maya-maya ay tinawag siya sa oficina ng may-ari. Pagpasok doon ay naroroon si Mr. Tan at ang kapatid nito na si Mr. Tan din, tatay ni Consuelo, nabatid niya nang malaon.

"Mahusay kang kawani ng kompanya. Bilang premyo sa iyong magandang performance ay promoted ka sa mas mataas na puwesto. Ipadadala ka namin sa Abu Dhabi upang doon ay magsilbi bilang assistant manager." Magandang balita ni Mr. Tan.

Matapos magpakilala na siya ang tatay ni Consuelo, ang isa pang Mr. Tan ang nagsalita. "Inilihim sa amin ni Consuelo ang inyong relasyon. Kailan lamang siya nagtapat. Hindi makapupunta si Consuelo sa Abu Dhabi. Hindi kami makapapayag ng kanyang ina. Maganda na magkalayo kayo ni Consuelo sapagka't masusubukan ang inyong pag-ibig sa isa't isa. Pagkalipas ng panahon at buhay pa ang inyong pag-ibig ay tatanggapin namin na kayo nga ay bagay sa isa't isa. Bibigyan kita ng isang milyong piso. Kung magbabago ang pag-ibig sa iyo ni Consuelo ay iyan na ang iyong kabayaran sa perjuicio. Kung magkakatuluyan kayo ni Consuelo kahi't na kayo magkahiwalay at iibigin ka pa rin niya, iyan na ang premyo mo sa pagiging karapat-dapat sa aking anak."

Percival Campoamor Cruz   Alberto Segismundo Cruz

Nang matapos ang pag-uusap ay agad-agad siyang lumisan sa lugar na iyon. Aywan kung saan siya pinadpad ng mga paa. Magulo ang isip. Nang makahanap ng isang tahimik na lugar ay umupo at doon isinambulat ang galit.

"Bakit sumang-ayon si Consuelo na kami ay magkalayo! Bakit pumayag siya na ako ay bayaran! Hindi ipinagbibili ang aking pag-ibig!"

Hindi na sila nagkaroon ng pag-uusap. Nawala na lamang siya sa paningin nila, hindi man lamang nag-resign sa puwesto. Ang alok na isang milyong piso, dahil hindi tinanggap, sana ay nagsilbing sampal sa kanilang pagyurak sa kanyang kaligayahan at karangalan.

Batid sa kanyang puso na si Consuelo, katulad niya, ay naghihirap ang damdamin sa harap ng mga pangyayari. Maaaring wala siyang magagawa na malabanan ang napaka-makapangyarihang magulang at angkan.

Namuhay nang magkalayo at walang balita tungkol sa isa't isa ang dalawa sa loob nang humigit-kumulang ay limang taon. Paminsan-minsan ay nagtataka siya na kung bakit si Consuelo ay hindi nagtatangka man lamang na hanapin siya gayong magagamit naman niya ang kanyang driver at mga katulong upang siya ay hanapin.

Nagbago na kaya siya? Nakalimot na kaya siya? Mayroon na kayang ibang kasintahan? Madalas ay sumasagi sa kanyang isipan ang mga alalahaning iyan.

Ang hindi niya nalalaman ay nagdalang-tao si

Percival Campoamor Cruz   Alberto Segismundo Cruz

Consuelo, nagsilang ng sanggol, at ang isinilang na batang lalaki ay anak nilang dalawa. Ang bagay na ito ay nalaman na lamang niya nang malaon.

Sa kasalukuyan ay namumuhay siya bilang isang marketing manager sa isang pagawaan ng mga makina. Wala siyang girlfriend. Nag-iisa siyang nakatira sa isang maliit na apartment.

Ang mga magulang at kamag-anak niya ay taga-Cebu. Kung sila ay nagkataong sa Maynila nakatira, malamang na siya ay makikitira na lamang sa iisang bahay upang makatipid at magkaroon ng mga kasama sa araw-araw. Nguni't hindi ganoon ang naging suwerte niya. Siya'y isang matikas, kaakit-akit at matagumpay na junior executive, nguni't masasabing malungkot ang kanyang buhay, sapagka't siya'y nag-iisa.

Isang araw ng Linggo ay nagsimba siya sa parokya ng Remedios doon sa Malate. Nagkataong ang misa na kanyang dinaluhan ay magtatampok ng isang kasal. Ang simbahan ay napapaligiran ng mga bulaklak. Ang bukana ng simbahan at pati na ang daraanan patungo sa altar ay nababalot ng pulang-pulang alfombra. Ang mga tao na nakaupo sa harapan ng simbahan ay mararangya ang kasuotan. Maririnig na ang simula ng kanta ng koro mula sa itaas ng simbahan, na sinasaliwan ng organo.

Mula sa kanyang upuan ay tinatanaw niya ang ikakasal at mga escorts nito. Maya-maya ay nakita niyang may huminto na malaking puting-puting Mercedes Benz sa harapan ng simbahan. Bumaba mula sa sasakyan ang ikakasal na babae.

Percival Campoamor Cruz   Alberto Segismundo Cruz

Tiyak ay engrande ang kasal, naisip niya, batay sa pag-aayos sa simbahan na nakita niya, sa dami ng naroroong mga naimbita sa kasal, sa karangyaan ng mga suot ng mga taong naroroon. Mayaman tiyak ang ikakasal!

Pumasok na ang mga flower girls, ang ring bearer, ang mga magulang at mga abay. Sa dako ng altar ay naroroon na at naghihintay ang lalaking ikakasal. Ang ring bearer ay isang limang-taong batang lalaki na nakatutuwa ang lakad. Makisig na makisig siya sa kasuotang abuhing amerikana na may kulay dilaw na bow tie.

Maya-maya ay pumasok na ang babaeng ikakasal. Kumikinang sa alindog ang katauhan ng babae. Nakangiti siya at inililigid ang paningin sa mga taong nasa simbahan, habang dahan-dahang lumalakad patungo sa altar. Tila baga sinasabi ng babae, kumusta kayo mga kaibigan at kamag-anak at salamat sa inyong pagdating sa aking kasal.

Nanlaki ang mga mata niya at naramdaman ang pagbilis ng tibok ng kanyang puso. Ang mga tao sa simbahan ay nakatayo habang lumalakad ang mga escorts at ang babaeng ikakasal. Pakiramdam niya ay nanigas ang kanyang katawan sa pagkakatayo. Ibig niyang magsalita, ibig niyang gumalaw, nguni't di niya magawa. Nasabi sa sarili – ang ikakasal, si Consuelo Tan!

Pinilit niya na ang kanyang katawan sy sumunod sa kanyang ipinag-uutos. Ibig niyang lisanin ang lugar na iyon noong ding segundo na iyon. Kung makalilipad nga lamang siya ay lilipad siya.

Percival Campoamor Cruz   Alberto Segismundo Cruz

Katulad nang panahon na sinabihan siya ng tatay ni Consuelo na siya ay lumayo, noong minuto na iyon ay naramdaman niyang muli ang paghahalo ng galit, pagkabigo at paghihimagsik na sumasagitsit sa kanyang puso.

Nakuha niyang makalabas sa simbahan at sa pinaka-plaza nito ay doon naisabog ang isang "Diyos ko po!" habang nakatingala siya sa langit at nakataas ang dalawang naninigas na kamao.

Sa kanyang paanan ay naroroon ang isang invitation na nabitawan, marahil, ng isa sa mga bisita sa kasal. Pinulot niya at binasa ang nilalaman.

"Si Consuelo Tan nga." Natiyak niya.

Ang ring bearer, napag-alaman niya, ang pangalan ay Ricardo Almario, Jr.

Ang pangalan ng ating bida sa maikling kuwentong ito, Ricardo Almario.

Samakatuwid ay hindi naman pala nalimot si Ricardo. Ang bata, ang kanilang anak ni Consuelo, na dala-dala ang kanyang pangalan, ay katunayan na buhay sa isipan at puso ni Consuelo ang kanyang alaala.

Percival Campoamor Cruz   Alberto Segismundo Cruz

WEIRD SI TOMMY
Percival Campoamor Cruz

Credit: dreamstime

Idedemanda ba niya o hindi ang kapitbahay. Iyan ang palaisipang bumabagabag sa isipan ni Tommy.

Kailan lamang ay kausap ni Tommy ang isang katrabaho niya. Sabi niya na may nabaling tile sa kanyang bubong at kailangang ito ay mapalitan at nang pagdating ng tag-ulan ay hindi tutulo ang tubig sa loob ng bahay.

Ang bahay ni Tommy ay nasa tuktok ng isang mataas na lupa. Sabi niya ay maglalagay siya ng isang hagdan sa gilid ng bahay, aakyatin ang hagdan, at nang

Percival Campoamor Cruz   Alberto Segismundo Cruz

maabot ang bubong.

"Tommy," sabi ng kausap, "ipagawa mo na lamang sa nakakaintindi. Baka madisgrasya ka pa."

Sabi ni Tommy ay nagtitipid siya. Na siya na lamang ang mag-aayos sa bubong.

Ang bahay ni Tommy ay bayad na. Wala na siyang binabayarang mortgage. May $100,000.00 siya sa stocks. May anim na classic cars siya – 1998 Mercedes, 2012 Corvette ZR1, 1983 Datsun 280X, 1984 Mustang, at iba pa. Ang kanyang car collection ay nagkakahalaga ng, humigit-kumulang, $200,000.00.

Namamasukan pa si Tommy. Siya ay isang salesman at kumikita ng $5000 buwan-buwan.

Samakatuwid ay may pera si Tommy. Hindi lamang siya mahilig gumastos.

Bago naging salesman ay nagtrabaho si Tommy para kay Alice Cooper, ang rock star, bilang bodyguard. Pagkatapos ay nagtrabahao siya sa isang medical insurance company.

Naging singer din siya sa isang club. Masasabing kumita nang malaki si Tommy sa iba't ibang pinasukang trabaho at nakaipon kung kaya't masasabing siya ay nakaaangat. Hindi siya kinakapos. Nguni't napakatipid.

Nag-iisa si Tommy. Humigit-kumulang 60 anyos, wala siyang asawa o anak. Ang tanging kasama ay isang aso na binubuhusan niya ng sobrang pagmamahal.

Magandang lalaki si Tommy. Mataas, di malaki ang tiyan, may bigote. Kalbo nga lamang kung kaya't palaging may sombrero na tila siya si Indiana Jones.

Matipid si Tommy. Bukod doon ay weird.

Bakit wala siyang asawa, gayong hindi naman siya bakla?

Sabi niya na noong araw ay marami siyang girlfriends. Sabi niya ay nagsawa siya sa babae. Nagkaroon siya ng karanasan sa pakikitungo at pakikisama sa babae at naging magulo ang buhay niya. Pasiya niya na hindi siya patatali. "Dominante ang mga babae," sabi niya. "Ako ang tipo ng tao na nagpapahalaga sa aking kalayaan. Ibig kong gawin ang gusto kong gawin na hindi kailangang tanungin o makibagay sa isang babae."

Minsan ay ipinakita niya ang kanyang binti sa isang katrabaho. Sabi niya ay may mapulang parte sa kanyang gulugod na hindi naman kumakati. "Hindi ito allergy," sabi niya. Pero hindi nawawala."

Kaedad niya ang kausap kung kaya't may karanasan ito sa mga problema sa katawan ng taong nagkakaedad. Tanong niya, "Tommy, kumusta ang pag-ihi mo?"

"Iyon pa ang isang problema," sabi niya. "Apat na ulit ako kung tumayo sa gabi upang umihi."

"Baka may problema ka sa kidney o sa prostate,

bakit di ka patingin?"

"Ayaw kong malaman," sabi ni Tommy. "Baka ako'y may cancer o ano man, ayaw ko nang malaman. Kung ako'y mamatay, okay l'ang."

Ganoon ka-weird si Tommy.

Hindi nakinig si Tommy sa payo ng katrabaho na ipagawa na lamang sa iba ang kanyang bubong. Isang araw na day off siya sa trabaho, siya ang nagtangkang mag-ayos sa bubong.

Sinimulan na niya ang pag-aayos. May nakita siyang isang tabla sa bakuran ng kapitbahay. Kinausap ang kapitbahay upang humingi ng permiso na magamit ang tabla. Pumayag ang kapitbahay.

Patungo upang pulutin ang tabla ay natisod si Tommy sa isang nakahambalang at nakaangat na tubo ng tubig. Nadapa si Tommy at ang pinangsalo sa sarili ay ang kaliwang braso.

Dahil sa masukal ang bakuran ng kapitbahay, ang kinabagsakan ng braso ni Tommy ay sari-saring tumpok ng bato, putol na kahoy, at kung anu-ano pang matitigas na bagay. Lumagutok ang mga buto sa braso at kaliwang kamay ni Tommy, agad-agad nakaramdam siya ng kirot, at di niya maigalaw ang mga ito. Humiyaw siya sa sakit.

Tumawag ng paramedic ang kapitbahay at dinala sa emergency si Tommy.
Sa ospital, ang payo ng doktor ay surgery. Nakita sa

x-ray na ang mga buto sa kamay at sa braso ay nagkabali-bali. Kailangang isa-ayos ang mga buto.

Ayaw ng surgery ni Tommy. Sabi ng doktor, "mamamaga ang kamay at braso mo. Sasakit at di ka makakatulog sa sakit. Sa malaon ay baka mamatay ang mga nerves; magiging paralisado ang kamay at braso mo."

"Hindi, hindi ako magpapa-opera," pinatigasan ni Tommy.

Ang ginawa ng doktor ay binalot ng cast ang kanyang braso at sinabihan si Tommy na sana ay gumaling ang buto, muscle, at nerves; walang katiyakan. Kung gagaling ay mangyayari sa matagal na panahon.

Isang buwan na ay nakabalot pa ng cast ang kaliwang braso ni Tommy. Kanang kamay at braso lamang ang gumagana. Gamit ay isang kamay sa pagmamaneho, pagluluto, pagkain, at pagtatrabaho. Isang kamay lamang para sa ano mang gawaing dapat niyang gampanan.

Minsan sa trabaho ay nabangga ng isang katrabaho ang kanyang cast na hindi sinasadya. Napasigaw ng, "What the f_ _k!" si Tommy. Narinig ang kanyang hiyaw sa buong oficina na noon ay puno pa ng mga customers.

Ipinatawag ng boss si Tommy. Sinabihan siya na ang paggamit ng "f" word sa oficina ay ipinagbabawal, at ang lalabag sa patakarang ito ay tatanggap ng kaparusahan. Na-suspendi si Tommy nang isang linggo.

Samantala ay nagdurusa si Tommy sa matinding

sakit. Hindi siya makatulog. Gumagastos siya sa pagpapagamot, sa gamot; samantala ay apektado ang kanyang kita. Baka buong buhay na siyang magiging baldado, na walang silbi ang kanyang kaliwang braso at kamay. Paano ang kanyang paghahanapbuhay? Paano ang kanyang pagtanda?

Ang mga may-ari ng bahay ay kailangang may liability insurance nang kung may disgrasyang mangyari sa loob ng bahay at paligid nito ay may magbabayad ng claim.

"Ihabla mo ang kapitbahay mo!" payo ng kanyang mga katrabaho at kaibigan.

"At nang mabayaran ka ng insurance company. Malaki ang claim na makukuha mo. Baldado ka na for life."

Sagot ni Tommy, "matagal na kaming magkapitbahay ng kapitbahay ko. Ayaw kong masira ang aming mabuting relasyon. Baka siya magalit."

"Hindi naman sa kanya manggagaling ang pera kundi sa insurance company, bakit siya magagalit?"

"Tataas ang kanyang premium."

"Eh ano? Ang isipin mo ay ang sarili mo, hindi ang kapitbahay mo."

"Ayaw kong magalit sa akin ang kapitbahay ko. Ang hindi ninyo alam ay ex convict ang kapitbahay ko. Killer siya para sa isang crime syndicate."

Percival Campoamor Cruz   Alberto Segismundo Cruz

"Papatayin kita, Tommy. Magtago ka. Kapag nakita ko ang anino mo, tapos ka na," banta ni Satur, kapitbahay ni Tommy.

Nag-uusap sila sa telepono. "Satur, hindi ikaw ang idinedemanda ko kundi ang insurance company mo," paliwanag ni Tommy.

"Pareho na rin iyon," tutol ni Satur. "Tataas ang bayad ko sa insurance dahil sa demanda mo."

"Hindi mo naiintindihan, Satur. Baldado na ako. Hindi ko na magamit ang aking kaliwang braso at kamay. Hindi na ako makapaghahanapbuhay."

Tanong ni Satur na tila may paghamak, "itinulak ba kita? May kasalanan ba ako sa pagkakadapa mo?"

Sagot ni Tommy, "wala, wala kang kasalanan. Talagang aksidente ang nangyari."

"Eh, bakit mo ako idinemanda?"

"Hindi ikaw, kundi ang insurance company mo. Sa bakuran mo nangyari ang aksidente. Napatid ako sa isang bakal na nakahambalang sa bakuran mo. Pag hindi ako naningil ng danyos sa insurance company mo ay walang ibang magbabayad sa pagpapagamot ko at sa aking ikabubuhay sapagka't ako'y baldado na."

"Bahala ka, Tommy. Tandaan mo ito: Hindi lamang braso at kamay mo ang magiging baldado. Namimiligro ang buhay mo." Banta muli ni Satur.

Percival Campoamor Cruz   Alberto Segismundo Cruz

Lumakad ang demanda sa korte. Mahusay ang abogadong humawak sa kaso. Makalipas ang tatlong buwan, nagpasiya ang korte na si Tommy ay dapat bayaran ng insurance company ng isang milyong dolyar. Tagumpay ang kaso ni Tommy!

Nguni't ang kapalit ba ay ang kanyang buhay? Nang malapit nang dumating ang bayad kay Tommy, siya'y nagsadya sa bahay ni Satur upang makipag-usap na muli.

Pagbukas ng pinto ay sinalubong si Tommy ng nguso ng isang baril. Itinutok ni Satur ang baril sa mukha ni Tommy. "Hintay muna, Satur. May magandang balita ako para sa iyo," wika ni Tommy.

Ikinumpas ni Satur ang baril upang si Tommy ay sumunod sa kanya sa living room. Pinaupo sa sofa si Tommy at nagsabi, "bibigyan kita ng 3 minuto para magpaliwanag."

"Sa makukuha kong isang milyong dolyar, ibibigay ko sa iyo ang kinse por siento - $150,000.00!, Satur. Balato ko sa iyo."

Ibinaba ni Satur ang baril at lumapit kay Tommy at pabulong na sinabi, "kailan?"

Matatanggap ko ang bayad sa loob ng linggong papasok. Pagkatanggap ko ng pera, bayad ka kaagad. Pero, Satur, isekreto mo ang bagay na ito. Labag sa batas. Baka pareho tayong mapunta sa bilangguan."

Percival Campoamor Cruz   Alberto Segismundo Cruz

Niyakap ni Satur si Tommy. "Isa kang mabuting kapitbahay. At mabuting kaibigan," pahayag ni Satur.

Percival Campoamor Cruz   Alberto Segismundo Cruz

THE ENCHANTRESS
Percival Campoamor Cruz

Credit: Google images unknown source

1.

He came to interview the self-proclaimed restorer of lost libido, this bespectacled young man who just got a writing job for an Asian newspaper. Madam Yin had earlier talked to his publisher for an advertising deal. She was

Percival Campoamor Cruz   Alberto Segismundo Cruz

offered an editorial write-up, gratis.

She was no doctor nor psychiatrist. She was an enchantress.

She told the publisher, Mr. Celerio, "Me no believe in pills. Like Viagra. Ha, ha, ha. . ."

She seemed to be either Chinese or Vietnamese, or maybe a Filipino with Chinese blood. Her English was not that good.

"Ya know, in my country, someone invented Viagra in cream, not pill. Ha, ha, ha . . . The user dips his pointer finger in the cream and swabs it on his organ. Very effective. Problem was the finger gets stiff, too. Ha, ha, ha . . . for hours."

Mr. Celerio carefully eyed the lady in front of him. She was fortyish, had black, shiny, long hair; smooth, flawless skin like porcelain. She had a wonderful smell, like she bathed herself in some strange tropical flower. Mr. Celerio, now in his sixties, was reminded of the ilang-ilang, the rare flower in his native land that exuded a gentle, mesmerizing scent.

"I make men come back to life, Mr. Celerio," she said.
The publisher was not comfortable with the direction of the conversation. The soft-spoken, unexcitable man did not know how to react but he was able to say, "Ah, eh, yes, yes. I can see that Madam Yin."

Percival Campoamor Cruz   Alberto Segismundo Cruz

Mr. Celerio saw a flashback rush in his mind. There was a time in his youth that he was pursuing older women. He was around thirty then and, for some reasons, he developed an obsession for women in their forties or fifties. He did go to bed with a number of them and, every time he did, it was an exhilarating experience, just like climbing Mount Matutum, a rugged mountain in the Philippines.

"I make men come back to life, Mr. Celerio; no Viagra pill, no cream, just technique, just waking up the dull senses. . . technique to see, smell, hear, touch, even taste passion, in a way that stimulates the erotic part of the brain."

He was in the early geriatric phase in his life. He had been managing a mild case of diabetes and hypertension. Yes, he noticed a decline in his bed activities, but he had no worries. He need not take remedial measures. He wanted the her to get straight to the business.

"Madam Yin," he boldly intervened, "what is it that the newspaper can do for you?"

"Mr. Celerio, I need to promote my center, my healing center. How about going exchange deal?"

"What do you mean?"

"Advertise my center. I pay you with my services."

Mr. Celerio rolled his eyes. "Ya need healing, Mr. Celerio, don't you?" The woman was fishing for a positive

Percival Campoamor Cruz   Alberto Segismundo Cruz

answer.

She was really very attractive and enchanting. Her lips looked supple and inviting. Her teeth were so white and healthy he was sure her breath smelled fresh and fragrant. Mr. Celerio had been surveying her body. He had concluded early on that this woman was a dynamite, a package of a thousand-and-one pleasures.

His wife was going to arrive at the office soon. Mr. Celerio quickened the pace of the supposed-to-be business meeting.

He promised to help.

"Madam Yin, let's not talk long-term. For now, I'll grant you a write-up, for free. Prepare some photos that I can publish. We'll write an article. I'll send a writer to your center for an interview. How about that?"

"I am truly delighted, Mr. Celerio," and she gave him a meaningful wink. "I don't want to take up too much of your time, gotta go."

Madam Yin took off not before leaving a small vial of perfume on Mr. Celerio's palm. "The fragrance will always remind you of me," she whispered.

Mr. Celerio was led to a dimly-lit room by two nymphets. They were wearing soft-to-the-touch silken cheongsams, those Chinese costumes that have slits on the sides of the skirts and expose the legs and a good part of the thighs. The fragrance that wafted in the room

Percival Campoamor Cruz   Alberto Segismundo Cruz

smelled like the perfume in the vial.

One of the girls helped him take off his clothes and shoes. She helped him put on a silken robe. He was then asked to sit in a comfortable reclining chair and then served tea. The other girl prepared the tub so Mr. Celerio could have a bath.

In the meantime, he could hear a soothing, very soft percussive music coming out of the radio, like the soft clanging of bamboos. The two girls fetched him from the chair and walked him to the tub. They both took off their clothes and then began bathing him.

One of the girls said, "Mr. Celerio, don't be naughty now. We're not having an orgy here. Three's a crowd." And both girls giggled.

Mr. Celerio was being transformed at that moment, so-to-speak, from a meek lamb to a raging bull. It was embarrassing but he could not help it. The two girls could see his manhood become rigid.

After the bath, he was delivered to a queen-size bed. He was asked to lie down and wait.

It seemed like hours. Mr. Celerio already was salivating, burning in excitement. Finally, Madam Yin came into the room accompanied by that alluring, now familiar fragrance.

In her soothing, captivating voice she said, "The healing begins."

Percival Campoamor Cruz   Alberto Segismundo Cruz

She asked him to turn over, to relax, sleep even. Or just be at the brink of consciousness. And she began rubbing his head, his neck, then his arms, his back, his legs. And then she focused on his lower back and rear end.

Madam Yin was softly chanting an unintelligible mantra. Mr. Celerio could not relax. On the contrary, his manly senses were getting out-of-control. Yet he needed to show good demeanor and go along with the healing session.

He wanted to get up and grab Madam Yin, the torturer, and throw her in the bed. He wanted to hold her face and suck her lips, caress her breasts and put himself on top of her body.

Is that the response Madam Yin was expecting from him? He thought. Or should he wait for an invitation? He demurred.

He was asked to turn over face up. Madam Yin asked him to keep his eyes closed, to continue to relax. "How can I relax?" He said to himself. Madam Yin could see that his manhood was tense.

She caressed his face, touched his lips with her soft finger, rubbed his chest, his thighs and feet. She purposely avoided touching the center of his manhood. He was getting crazy.

He was under an extreme anticipation of a maddening love-making with Madam Yin. Then suddenly,

Percival Campoamor Cruz   Alberto Segismundo Cruz

Madam Yin said, "We're done for today!" And she turned the bright lights on.

He saw Madam Yin completely naked but her breasts and groin were covered in some kind of plastic chastity shackles.

"This is insane!" He growled.

Mr. Celerio's wife had been caressing him all night. She was looking for intimacy. He was just imagining, dreaming. He peered at the image of the woman beside him. It was his wife he saw, the grandmother of his grandkids, not Madam Yin.

The following morning, Mr. Celerio sent his young writer to Madam Yin's healing center.

The writer was escorted by two young ladies in cheongsams to a dimly-lit room so he could experience the healing.

2.

Daniel, the young writer who was assigned to interview Madam Yin, knew very little about the subject-matter he was to write about. What he was to learn that day could be shocking for someone who had never had an intimate relationship with the opposite gender.

Yes, he was mature enough to understand the feelings that take over a man's mind and body, feelings that make him seek fulfillment, the urges that emanate from below a man's navel and around the groin. He went to school and took up biology. He understood the biological needs of animals and how they are fulfilled. However, actual experience with a woman, he had not yet had the benefit of experiencing. Much less did he have an understanding that men or women could have problems with performing the demands of sexuality.

Madam Yin's nymphets ushered him into an enclosed space that looked like an audio-visual room. He sat in front of a wall screen that, after a short while waiting, started showing pictures. There was a sound track to the presentation that evoked different emotions.

After the presentation, Madam Yin came in and introduced herself. She was wearing a white clinical robe similar to a doctor's attire. However, it had long slits on the sides that revealed her tantalizing legs and a good part of her thighs.

Daniel thought that Madam Yin was stunning, delectable. Her skin was so smooth he thought that just touching that skin could give him fulfillment.

She began just like a lecturer, "Mr. Daniel, a close-up camera was focused on your eyes, watching how your eyes behaved when you were viewing different pictures. I can tell by the results that you are a strong, healthy individual, mind and body, in so far as sexuality is concerned. You showed very little interest when you were being shown pictures of ducks and goats; however, you showed excitement when you were looking at pictures of girls playing beach volleyball and wearing scanty bikinis."

"Thank, you m'am."

"However, I will tell you, every man is different. There are men whose sexuality is dead, zero, zilch. They don't react to any of these pictures. And let me tell you this, some men get excited looking at ducks and goats. Ha-ha-ha. Funny but true. . . So, anyway, this test gives us an idea what to work on. Let's tour the center."

He was first shown what she called therapy rooms. Unaware that the rooms had peeping holes or, in some cases, one-way mirrors, patients inside performed exercises, in privacy they thought, meant to bring back libido, or improve libido.

He was asked to look at what was going on in one of the rooms. He saw an elderly man, completely naked, holding a duck, and making out with the animal. He backed off and told Madam Yin he did not want to look.

"It's gross! I don't want to see this." He complained.

"Mr. Daniel, just be clinical about it. Consider this an education."

He hesitated but Daniel had to look again through the convenient peep holes. There was another person in the room, one of those girls in cheongsams. She appeared to be assisting the man. She had the duck's neck in her hand and just as the man was getting close to a climax, she chopped off the duck's head with a sharp knife. It took only one blow. As a result of losing its head, the duck wiggled and convulsed violently; and the man, in the meantime, looked like he was experiencing the most intense of pleasures, thanks to the effects of the duck's rigor mortis.

"That is really bad!" Daniel sighed, shaking his head.

"So, sorry Daniel, but we have to do what we have to do. We have discovered in this center that of all animals, ducks have the closest resemblance and functions to a woman's sex organ."

In another room, Daniel saw a man dipped in a tub of water full of suds. The tub looked like one of those antique bath tubs that have four bear paw legs. Three naked nymphets were assisting the man. One was holding his left arm and the other the right arm. Obviously, the man was excited. His manhood was erect and the head part of it was showing above the suds. The third nymphet pulled out something out of a glass jar. She put the thing on top of the man's part that was above water. It was a wingless fly she put on there and as the confused fly walked around the tip of the man's part, the man was feeling a tingling sensation that was extremely pleasurable. He yelled screams of delight. "Oh, my gosh, oh, my gosh . . . Enough, enough. You're killing me!" He struggled to be free but the girls held on to his arms tightly.

Daniel told Madam Yin he had seen enough.

Percival Campoamor Cruz   Alberto Segismundo Cruz

She replied, "Mr. Daniel, loss of libido is not curable by medicines or creams. It's a brain problem and we cannot operate on the brain. We have techniques, we have devices, borne out of years of research and experimentation that took us to the deepest secret places in the Orient, that wake up a man's dead libido. That's what we do here. I hope you understand. You have to be very careful in writing the article. You don't want to tell everything in the article. You don't want to make people anxious. You don't want to spill the surprises."

As they were walking down the hall, Daniel noticed a sign on the door of one of the rooms. It said, "Vending Machines". He wanted to have a Coke.

"Look through the mirror before you go in, Mr. Daniel," Madame Yin warned. He peered through the window that had the one-way mirror and saw a machine.

"Mr. Daniel, believe it or not, some men prefer to make love with a machine."

The machine worked pretty much like the soft drinks machine. The patient drops some coins and one of the latches on the face of the vending machine opens. The patient chooses which latch he wants to open. Whatever he chooses, a latch opens and a part of a woman's body pops out of a square hole. Then the patient can play with the exposed body part. The choices include: Lips, Boobs, Vagina, Navel, Knees, Legs.

"Out of this world! Madam Yin, I should compliment you. You're a genius!"

Percival Campoamor Cruz   Alberto Segismundo Cruz

"Thank you, Mr. Daniel. Why buy the whole cow when you can just buy the milk?"

"Wait," Daniel said when he saw in the next room another machine.

Madame Yin then explained what the machine was about.

"This, Mr. Daniel, is where a man who is tired of his wife can dump his woman in exchange for coins."

They both laughed. Then Madam Yin followed up, "No. Joke only, Mr. Daniel. That's your soft drink machine"

"Let me get the photos that Mr. Celerio wants to publish with the article," and Madam Yin excused herself momentarily.

Two nymphets ushered Daniel into a private, dimly-lit room and he was asked to relax. There were cold beverages on the coffee table. He picked up one glass and sipped what seemed to be some kind of tropical fruit juice.

In the next few minutes, he felt a surge of vitality and euphoria he had never experienced in his young life.

Then Madam Yin came in and standing before Daniel, she took off her robes.

She pulled him out of the chair and took him to the bed. She unbuttoned his shirt and helped him take off that

Percival Campoamor Cruz   Alberto Segismundo Cruz

shirt and the pants.

Then Madam Yin went on top of him and kissed him on the lips. She whispered to his ear, "I'm a cougar!"

He hugged her and then made his hands feel the smoothness of Madam Yin's body.

Ordinarily, he would have come already.

But in the next hour he was able to respond to Madam Yin's every passionate gesture with the powers of a grown man, a man strong and virile and lasting.

Madame Yin proved herself to be a real doctor, an enchantress, if one may say.

She's from the Orient and obviously a single woman. Who knows her origins? Who knows her life story?

People come to America under all kinds of ruses in order to obtain a visa.

Maybe Madam Yin needed to reinvent herself. Maybe she was an innocent, simple, farm maiden who transformed herself into a worldly, self-proclaimed libido healer, in order to start a new life in America.

But that's another story.

Percival Campoamor Cruz   Alberto Segismundo Cruz

MARYA MAKILING
Percival Campoamor Cruz

Percival Campoamor Cruz   Alberto Segismundo Cruz

Early riser old man Tandang Berong limped toward the vegetable and fruit patch at the back of his humble house. It was before dawn and soon her daughter would be back. It was a daily early morning ritual. He would wake up early, the daughter would come home from work, and they would have breakfast together.

He sat in a reclining chair made out of balete wood and savored the fragrance of the dama de noche which sweet fragrance wafted in the air only at night. He could hear from afar the soft crackle of dried leaves being stepped on and thought it was already her daughter coming. She would bring food for him.

Yesterday, he ate some bananas from the backyard tree and picked out some tomatoes and a few pieces of kalamansi from the vegetable patch and made a concoction of a juice for himself. He had to be on his own for the most part, although he knew his daughter could be depended on for help, when the chore became more difficult.

Tandang Berong used to be the master of his own jungle kingdom in the mountain. Now he was old and blind. His survival depended on his only companion in life, daughter Marya.

He fought the Japanese as a guerrilla in the very mountain where he presently lived. Japan had dreamt of extending the Empire of the Rising Sun all over Asia. Kamikazes attacked Pearl Harbor by surprise and provoked the Americans into an expansive war that saw Asia burning and devastated, including the Philippines. Tandang Berong and his group of one-thousand men were farmers turned soldiers in defense of the Philippines' freedom. They were called Berong's Guerrillas.

Mount Makiling, the Philippines' Mount Parnassus, was never dishonored by the Japanese, thanks to the fierce defense set up by Tandang Berong and his men. Makiling was a majestic mountain-volcano visible to the naked eye from the vantage point of the big city of Manila.

From afar it looked like a sleeping maiden whose long hair flowed on verdant fields across the plain. It was a sleeping giant, indeed, an inactive volcano that was quiet in its outward appearance but whose interiors were cauldrons of super hot lava and steam. It spewed hot spring water into the outlying towns whose inhabitants thought it wise to build pools and spas and make the hot mineral water a treat and a business for visitors to enjoy; thus, one of the towns at the foot of Mount Makiling was called, Los Baños, The Baths.

Philippine national hero Jose Rizal edified Mount Makiling, like Parnassus in Greece, as the home of the goddesses who gave poets and artists the inspiration to be creative. Rizal lived not too far away from Los Baños, in a town called Calamba. It was probably upon the invocation of the Makiling goddess that Rizal was able to write his poems and monumental novel, "Noli Me Tangere".

Rizal and the people who lived around the base of Mount Makiling knew the legend very well – that there was a beautiful maiden who lived in the revered mountain and her name was Marya. Hunters who tried to explore

Percival Campoamor Cruz   Alberto Segismundo Cruz

the mountain and kill animals became lost and they were led back on the right track by a beautiful young woman. It was believed Marya protected the mountain and the animals that roamed around its fields and ravines. She made sure the forest and the waters were immaculate and sweet. A long, long time ago before protection of the environment became a worldwide aspiration, Marya Makiling, as she was fondly called by Filipinos, was already living as nature's best friend.

General McArthur and the American forces came to the Philippines and threw out the Japanese. The liberated Philippines began rebuilding and the government compensated the guerrillas. It was not an equitable compensation though; for instance, many of the farmers were not given back their lands. Tandang Berong and his men decided to keep their arms and continue fighting for justice, this time against the very government that they had defended.

They were soon branded as communists and Mount Makiling became a bloody war zone between the government soldiers and Tandang Berong's hold-outs. Tandang Berong's men were either killed, one by one, or lured to the big city by the prospect of a better life. In the end, there were only Tandang Berong and his daughter.

The government knew what had happened to Tandang Berong. He became a defeated man, a broken man, destitute and blind. Out of compassion the government just left him alone.

Marya, Tandang Berong's daughter, worked as an

Percival Campoamor Cruz   Alberto Segismundo Cruz

entertainer in one of the cocktail lounges at the foot of the mountain. She told her father she was working as a cashier in a resort hotel, but she lied; she took on the demeaning job of a hostess; that was why she was out to work at night. But she had a purpose for taking on the job.

When she found the opportunity, Marya took long walks around the mountain, which she knew so well. The deer and the birds and other animals followed her or gathered around her to listen to her stories. She cuddled them and gave them water. Was she the reincarnation of the goddess spoken of by Rizal or was she the same person, ageless and destined to live forever?

She gathered food and cooked for her old father. She washed his clothes in the spring running by their house. She held his hand and guided him around the mountain whenever he wanted to take long walks. Sometimes, she sat down beside him to read the latest news.

Marya was a beautiful young woman who gave up the prospect of a good life in order to take care of her father and the mountain. She had met men of high education and good means who had offered her marriage but she turned them all down. Tandang Berong lost his wife, Marya's mother, during the height of the armed resistance against the government. She got shot and died in an encounter with the government soldiers. Marya had vowed never to leave her father alone.

The heights of Mount Makiling was a place of honor, a place for everything that was endearing - peace,

Percival Campoamor Cruz   Alberto Segismundo Cruz

beauty, honesty and nobility. It was a sanctuary that survived the onslaught of progress and all the evils that came with it.

Life at the foothills was competitive. People had to struggle daily and fight for jobs, food, space, and survival itself. Money was available to the fit and the strong; the clever and the hardened; those who had values to offer; in the case of Marya, the values were her youth, beauty and idealism.

She was so pure and beautiful and yet she needed to comingle with people of questionable character. The manager at the cocktail lounge where she worked had asked her not to discriminate. Every character who passed through the cocktail lounge's doorway was a valuable customer who needed to be cajoled and given good service.

One of the workers at the cocktail lounge was Dante. He was a bouncer, a bodyguard. He took care of calming down or throwing out rowdy customers. He led a double life: That of a bouncer and that of a spy for the communist rebels. In fact he was No. 5 on the most-wanted list of the military.

He passed on information to his comrades that enabled them to know the leadership and the movements of government troops. Just recently he fed information that led to the ambush and killing of a top general. Two comrades riding on motorcycles shot the general while he was driving in his car. The general, some kind of an intelligence officer, was known for torturing jailed

Percival Campoamor Cruz   Alberto Segismundo Cruz

suspected communists.

Unknown to their co-workers, Marya and Dante were sweethearts. They watched out for each other. At the end of work, at the break of dawn, Dante always trailed Marya on her way home making sure she made it safely to her father's abode at the mountain.

In a rich country made poor by corruption in the government, idealists took up the cudgel for the poor and powerless people. The ideological divide was frequently discussed in the media. Politicians and their families waged lives and fortune to be elected into office. Once entrenched in office they had to pay themselves back.

They became political dynasties that sucked up the nation's wealth, managed public funds in self-serving ways; and they hung on to power for decades by way of maintaining dishonest elections and private armies and helping themselves to the nation's coffers. It took radical measures on the part of the idealists to effect change, because elections and media exposes were not effective enough, like going underground, engaging the police and soldiers in battles, and plotting and executing assassinations.

The generals, corrupt themselves, took pleasure in having enemies, particularly, dissidents who rebelled against the government. The more battles there were to fight, the more funds there were for the generals to manipulate.

Percival Campoamor Cruz   Alberto Segismundo Cruz

Dante's brother was a student in the university who the military arrested, tortured and killed. He was a student leader who participated in many of the uneven battles on the streets between unarmed students and armed police and soldiers. Dante joined the underground people's army in order to avenge the death of his brother.

Marya was the daughter of militant parents. Outwardly she was the picture of calm and beauty. Inside her being, Marya was a hardened warrior-princess who wanted revenge for the death of her mother and the countless soldiers of his father who had been killed by the government military.

It did not take long for the military to cast suspicion on the characters of Marya and Dante. They became the objects of surveillance. One particular early morning when the couple was heading for Marya's home, Dante sensed that they were being followed.

Marya knew the forest very well. She led Dante to a safe cluster of bushes and waited for their pursuers there. When the shadows of a band of seven soldiers became visible, Dante aimed his AK47 at the shadows and started shooting. Then the couple ran up to the mountain house where Marya lived. Now they needed to leave immediately and take Tandang Berong along with them.

Tandang Berong had expected that Marya would be home, like in the past, worry-free and bringing goods for him. It was a different circumstance this time. "Mang Berong, we have to go," Dante hurriedly broke out the news. "The soldiers will be here to to kill all of us."

Percival Campoamor Cruz   Alberto Segismundo Cruz

Marya in the meantime picked up a few things in the house and got his father ready for the flight.

"Go, my dear son. Go Marya. I will stay." The old man spoke.

"My days will soon be over. I choose to die in this mountain. You're both young and just starting out, you both deserve a future. You have places to see, things to do. Go now and worry not for me. You don't need an old man to slow you down. I won't make it, anyway. I'm better off here." The old man continued.

Daughter and father, committed to each other forever, were seeing the end of a noble bond. A tragic life made beautiful by the majesty of the mountain was coming to a denouement; or, was it a mountain of tragedy made beautiful by the majesty of the daughter-father's noble life? As the impasse was going on between the daughter who needed to live on for reasons embedded in her heart and the father who knew he had reached the climax of a valiant existence, a quick rumbling sound was heard and the surrounding was suddenly enveloped by a thick cover of dust or smoke. Marya, Tandang Berong and Dante vanished when the cover settled down.

Did the soldiers roll by in tanks and snatch the three uncertain individuals?

Did an earthquake or avalanche just occur?

Did a horde of animals materialize at the scene and

spirit away the important personages? Did the animals want to rescue their caregivers and take them to a sanctuary deep in the heart of the forest where the beloved characters could have a safe and well-provided existence. The startling event occurred so lightning fast that in a few moments the solitary house in the mountain stood quiet and eerie in the dark.

Maria, the priestess of the forest, the nymph of Mount Makiling in the person of Marya, vanished. . . to appear, perhaps, in another generation. The legend of Maria Makiling lived on.

Percival Campoamor Cruz   Alberto Segismundo Cruz

MONEY IS NOT EVERYTHING
Percival Campoamor Cruz

Credit: Google images unknown source

Nang araw na iyon ay ipinakita sa publiko sa kauna-unahang pagkakataon ang iskultura na simbolo ng Las Vegas.

Nag-ipon sa lugar na masasabing pintuan tungo sa Las Vegas ang may limang daang tao na binubuo ng mga taong nakatira sa Las Vegas, mga pinuno ng ciudad, at mga inimbita na galing sa media at iba't ibang larangan.

May banda ng musiko na sa pagtugtog nito ng masasayang martsa ay nagdulot ng pananabik sa pagtitipon.

Percival Campoamor Cruz   Alberto Segismundo Cruz

Sa takdang sandali ay nagbigay ng maikling pagbati ang mayor. Katulong ang Mrs., pagkatapos ng speech, ay hinatak ng mayor ang lubid na nagtanggal sa telang nakatalakbong sa iskultura.

Namangha ang lahat sa nakitang iskultura - ito'y iskultura ng isang malaking 100 hundred dollar bill. Palakpakan ang mga tao. Kuhanan ng retrato at video ang mga reporters.

Ang iskultura ang magsisilbing simbolo at welcome sign ng Las Vegas. Sa pinaka-itaas ng iskultura ay mababasa ang ganitong mensahe: "Welcome to Las Vegas. Money is not everything. It is the only thing!"

Ang tatlong magkakaibigan - sina Pepe, Gogoy, at Resty ay nagkataong nagbabakasyon sa Las Vegas noong araw na iyon. Nakita nila ang pagpapasinaya sa iskultura.

Pinuntahan nila kaagad ang Pete's Whiskey, ang unang casino, na mararating kapapasok pa lamang sa Las Vegas. Naglaro sila ng Black Jack.

Mula sa puhunan na tig-bebeinte dolares, sa loob ng isang oras, ay napalago ng tatlo ang puhunan. May titig-tatlong daang dolares na sila.

Habang naglalaro ng Black Jack ay nag-uusap sa Tagalog ang tatlo. Ito'y ikinabahala ng dealer. May pinindot na buton sa ilalim ng mesa at di nagtagal ay dumating and dalawang security men. Tumayo ang dalawa sa paligid ng Black Jack table. Iniisip siguro ng dealer na

Percival Campoamor Cruz   Alberto Segismundo Cruz

may ginagawang kababalaghan ang tatlo, kung kaya't nananalo.

"Pare ko," sabi ni Gogoy. "Sibat na tayo. Mukhang duda sa atin ang mga mokong!" Tumayo ang tatlo at nilisan ang casino.

Ang mga pumupunta sa Las Vegas ay may pakay na maka-jackpot, manalo ng limpak-limpak na salapi sa kakaunting puhunan.

Tuwing may mananalo ng malaki ay nalalagay ang balita sa radyo at TV.

Halimbawa, may naghulog ng $1 sa isang slot machine at ang tao'y nanalo ng isang milyong dolares na jackpot. Ganitong balita ang nag-uudyok sa mga taga-ibang lugar na dumayo sa Las Vegas.

Ang tatlo ay kumain ng masasarap sa mga sikat na restaurant, nag-check in sa isang bagong-bagong hotel, minasid ang lobbies ng iba pang magagandang hotel, lumangoy sa swimming pool na may alon, likha ng makina na gumagawa ng alon; nanood ng concert ng isang rock star. At tuwing may pahinga o pagkakataon ay sugal ang inatupag ng tatlo.

Pinapalad sila sapagka't noong pangalawang araw ay may tig-iisang libo na sila. Kinabukasan sila ay babalik na sa Los Angeles.

Limang oras ang layo sa pagitan ng Los Angeles at Las Vegas. Tuwid na tuwid ang freeway at disyerto ang

Percival Campoamor Cruz   Alberto Segismundo Cruz

magkabilang gilid kung kaya't nakaiinip ang biyahe.

May matitigilan gasolinahan o kainan sa kahabaan ng freeway. Nakatutuwa na may isang freeway exit, papunta sa disyerto, na ang pangalan ng lugar na nakasulat sa sign ay Zzyssx. What a name for a place! Wala ni isang vowel.

Nang gabi na bisperas ng kanilang pag-alis sa Las Vegas ay nakatanggap ng tawag sa cell phone si Resty. Ibig siyang makausap ng kanyang kapatid na nasa Filipinas.

"Kuya, malubha ang lagay ng inang." Balita ng kapatid.

"Nagka-pneumonia siya at nasa intensive care. Kailangan ng pera para sa gamot, doktor, at pambayad sa ospital. Kung maaari, magpadala ka kaagad gamit ang Western Union."

Natulala at nabahala si Resty. "Magkano ang kailangan?" tanong ni Resty.

"One hundred fifty thousand pesos."

Sa dollar ay $3000.00 ang kailangan. "Wala akong ganoong kalaking salapi," sabi ni Resty. "Pero, hahanap ako ng paraan."

Nang malaman nina Gogoy at Pepe ang problema ni Resty ay walang pag-aatubili nilang ibinigay ang tig-iisang libo sa kaibigan. Nanalo ang tatlo sa sugal at sa isang kisap ay naging hangin ang kanilang panalo.

Percival Campoamor Cruz   Alberto Segismundo Cruz

Ang natira nilang cash ay husto lamang na pambili ng gasolina. At sa halip na tumigil sila sa isang mamahaling restaurant upang kumain, ay doon sila kumain sa isang taco truck. Tig-iisang burrito sila at libreng tubig na panulak.

Papalabas na sila sa may boundary ng Las Vegas. Ang huling bagay na nakita nila ay ang bagong tayong iskultura.

Binasa at binigkas nang malakas ni Resty ang sign sa iskultura: "Welcome to Las Vegas. Money is not everything. It is the only thing!"

PRINSIBINI MALAYA
Alberto Segismundo Cruz
Balaghari, Abril 3, 1948

Credit: Fernando Amorsolo Collection

"Ang kabayanihan ay isang mataas na uri ng karangalan, na noong unang dako man ay siya ring lagi nang ipinambibihag ng mga Kaharian at ng mga puso ng maririlag na Prinsesa."

Ilan pang daang taon bago naitirik ni Fernando de Magallanes ang Kurus sa maliit na pulo ng Homonhon, Sugbu, noong ika-19 ng Marso, 1521, ang Manilad ng

Percival Campoamor Cruz   Alberto Segismundo Cruz

Lusong ay isa nang pook ng kababalaghan. Ang nagaganap at maaaring mangyari nang panahong iyon ay mahirap kundi man sadyang hindi mangyayari o magaganap sa kasalukuyan. Ang mga tao'y lubhang malapit ang loob kay Bathala, kaya't ang kanilang buhay ay pangkaraniwan: hubad sa karangyaan at sadyang walang hilig sa pagmamakisig; sadyang hindi nakawawatas sa halaga ng ginto, sapagka't ito'y hindi ginagamit na katulad ng pagkilala natin ngayon na may kaukulang halaga sa ating kabuhayan.

Ang Manilad na ito'y isang kaharian ng mga kayumanggi. Ang kapangyariha'y na kay Lakan-Ilog at kay Dayang-Dayang Lakambini, nguni't ang kapangyarihang ito'y hindi nadarama ng kanilang nasasakupan sa dahas, lakas o mabalasik na pasiya kundi sa mabuti't kagiliw-giliw na pasunod ng kauri gaya ng turing ng magulang sa kanilang mga anak.

Sa pook na itong pinagpala ng Tadhana't pinagyaman ng Katalagahan, ang kalalakihan, kung di man mangingisda'y maninisid ng perlas, at nangdarayo sila sa layuning ito hanggang sa karagatan ng Timog at sa bughaw na Selebes. Ang kababaihan dito, kung di man manghahabi'y mga inang uliran ng tahanan, na ang buong maghapo'y iniuukol sa kanilang mga bunso at sa mga gawaing pantahanan. Ang mga tahanan nila'y yari sa murang kawayan at atip na kugon saka nangababakuran pa ng buho.

Pinakatanod wari ng baybaying Manilad ang nagtatayugang niyog na ang mga daho'y walang iniwan sa lungtiang bandila na kayumanggi ng mga mangingisda. Ang

Percival Campoamor Cruz   Alberto Segismundo Cruz

mga puno ng saging ay sagana, gaya rin naman ng pagkakalaganap ng lagwerta, na ang bungang-kahoy na idinudulot ay isa nang biyayang tunay sa panig na ito ng daigdig. Dahil dito, ang kasaganaa'y laganap din, at pag nakapamulaga na ang Haring Luningning sa Silangana'y laganap na rin ang awa, samantalang sa dako ng tabang ng ilog ay madarampot ang malinamnam at manamis-namis na talabang kung magkaminsa pa'y kinatutuklasan ng mutya sa dibdib.

Sa malawak na pasigan ay napatatangay sa agos ang mga isda't hipon, bukod sa laging masaganang huli ng mga anak-dagat o mangingisda. Sa ilalim ng kaburaka'y mahuhukay ang mga lamang-dagat at kabibing malinamnam.

Sa lipunan ng kahariang ito'y masasabing pantay-pantay ang lahat. Walang itinuturing na makapangyarihan, mayaman o pantas, sapagka't ang kabataa'y kumikilala sa katandaan at tumitingala sa katotohanang taglay sa katauhan ng matatanda ang kadakilaan ng kaluluwa at biyayang-buhay na malinis ni Bathala. Dahilan dito, pagkakapatira'y siyang sagisag ng sangkaharian; at sa pagkakapatirang ito'y lalong mahigpit ang buklod ng pag-iisa; nakalaan silang magsalo sa ligaya't maghati sa hilahil; lumuha sa kaligayahan at humalakhak sa kalungkutan; at magpakamatay sa pagtatanggol ng karangalan ng Tinubuan, mayroon o wala mang gantimpala ito.

Sa kamusmusan pa lamang ng mga bata ng Manilad ay inaatasan na silang magmahal sa kanilang matatanda at gumalang sa kanilang mga magulang na itinuturing na kanilang mga bathala sa lupa. Sinasanay din naman sila sa mahirap na gawain, sa pangingisda o paninisid ng perlas at pinagiging dalubhasa sa pakikipaghamok sa mga pating at iba pang dambuhala ng karagatan. Gayon din naman, sa panahon ng kabataa'y sinasanay sila ng kanilang mga taga-pagmulat sa pamamaraang dalubhasa sa paggamit ng gulok, palaso, bukod pa sa pag-akyat sa matatayog na punong-kahoy at pag-indayog sa mga baging ng kagubatan.

Ang kababaiha'y may kanila rin namang katangiang iniaatas ng matandang kaugalian at hinuhubog sa palihan ng magagandang kaisipang kaugnay ng sining. May matatandang babaing guro sila sa paghahabi, at samantalang humahabi ang mga daliring kinandila sa mga habihang yari sa kawayan at sa maninipis na kahoy na kauri ng palotsina, ang kanilang mapupulang labi'y parang nangagbukang talulot ng klabel na gagalaw-galaw sa pag-awit, kundi man ang Ayayi ng Lutukan na maaaring pinagbuhatan ng mga ligaw na nota ng kumintang o ng dalit.

Pagsikat na ng araw, ang Manilad ay napupukaw na rin. Nagbabangon ang matatanda, tungo sa kanilang gawain, matapos na makapag-agahan ng gatas ng kambing at ng dinurog na minatamisang mais kundi man ng isang pinakuluan sa tubig na may dahong kauri ng sa abokado nguni't may bango ng sampoy.

Kaya't nang magising naman nang umagang yaon si Malaya, ang bunsong-Dilag ng panahong pinagpala, ay lipos ng sigla ng kabataan at ng ligayang katugon ng kagandahan ng Katalagahang nakapaligid sa kanyang sanghaya. Sa pagkakatayo pa lamang niya sa unang

Percival Campoamor Cruz   Alberto Segismundo Cruz

baytang sa itaas ng hagdang kawayan ng kanilang marikit na palasyo ay nasanghap na niya ang pabango ng Amihang nagpapahatid mandin ng mahiwagang bulong ng mga bulaklak-gubat sa pamamagitan ng halimuyak. Kung ano ang tugon ng kanyang puso't ng kanyang kaluluwa sa gayong talinghaga ng nagsasalaysay na Amihan sa mga pangungusap na sadyang inililihim ay siyang mahirap na maturol o mahulaan. Inihakbang na pababa ang mga paa niyang kayumanggi -- makikinis at may bahid pa ng rosas ang mga sakong, at sa paghakbang na ito'y lalong hinagkan ng sinag ng maluwalhating Umaga ang kanyang katawang anaki'y sadyang nilalik sa maharlikang damit-prinsibining yari sa lalong mapuputi't malasutlang hibla ng abaka.

Gaya ng dating napagkagawian na, si Malaya'y naglulunoy sa Ilog-Tulawi sa tuwing umagang pantay-mata ang araw sa Silangan. Buhat sa binabaang hagdan hanggang sa liku-likong landas sa tiping damuhang napapalamutihan sa magkabilang dako ng mga nilad, ay iniwan ng Prinsibining Kayumanggi ang kanyang mga yapak upang hagkan naman ng mga paru-parong sa sinag din ng araw ay nagsisipaglaro't nagtitimpalak wari sa kagandahan ng kanilang kulay.

Sa ilang saglit pa'y naglulunoy na ang Prinsibining marilag sa tubig na anaki'y kristal. Wala siyang iniwan sa isang sirenang sa kalinawan ng tubig ay sinasalamin ang sariling dilag, ang kanyang kasibulan at ang yamungmong ng kanyang ika-labing-anim na Tag-araw.

Sa bula ng gugong may pabango ng tibulid at kabuyaw ay lalong pinababango ang buhok niyang anaki'y sa mais; mamula-mula't kulot nang bahagya, kaya't kung gayong basa'y walang iniwan sa nakuyom na watawat ng kabataan. Sa isang makinis na batong busilak na waring hinirang niya sa pampangin ay lalo niyang pinakinis ang kanyang balat na manipis ding katulad ng hinubad niyang kasuutan. Saka, pagkatapos, susuklayin niya ang basang buhok na minsang iwasiwas sa kanyang balikat at kung magkabihira nama'y inihahayang sa hangin upang madaling matuyo; saka siya aahon sa pasigang may bahagyang takip ng anahaw ang maselang na bahagi ng katawang kabigha-bighani, isusuot ang malasutla't maputing damit ng ilang-ilang na may sangkap abaka, magpapabango ng katas ng ilang-ilang na may sangkap na dalisay na langis ng niyog, saka mag-iipit sa pagitan ng tirintas niyang buhok ng dalawa o tatlong bukang nilad, at sa wakas, ay isusuot sa makikinis niyang paang may rosas na mga sakong ang sandalyas na yari sa upak ng saha't balat ng niyog, na ang pinaka-dahon ay kuwintas-kuwintas na abakang pinagsalit-salit nang buong ingat at hinusay, daliring kayumangging tagapaglingkod ng Bathala ng Dilag ng Manilad.

At nang maganap na ang kanyang kagayaka'y sinalamin niyang muli ang kanyang mukha't katawan sa pampang ng ilog upang matiyak na hindi magbabago ang ibiniyayang kariktan sa kanya ng Katalagahan at ni Bathala. Datapuwa't sa mga mata niya'y biglang nasisinag ang kalungkutan. Nadarama niya ang kanyang kalagayan -- ang pagka-maharlika. Natitiyak niya ang kanyang kaisahan sa gitna ng mapagbiyayang Katalagahan at kasaganaang dulot ng kapangyarihang mana sa dambana ng kanyang mga magulang. Sapagka't . . . walang sino mang binatang maharlika o aliping lalaking makalalapit agad sa kanyang kinaroroonan. Nag-aalaala, nangangamba, nanganganib, at

Percival Campoamor Cruz   Alberto Segismundo Cruz

nalilipos ng alang-alang at pamimitagang walang katulad sa Prinsibini ng Manilad na ipinaglihi ng Prinsesa Lakambini sa dilag at kasariwaan ng mga nilad, na sagisag ng kaharian.

Dahilan dito — maganda man, kasibulan man at kayumangging rosas man si Rosa Malaya — ay lagi ring nalulungkot. Ang ligaya sa kanya'y dalaw lamang ng pagkakataon, panauhin lamang ng guniguni at pansamantalang kislap ng kasiyahan sa puso niyang wari'y may hinihintay nang wala naming hinihintay! Ang musikang nagbubuhat sa plawtang buho ng kanyang mga taga-aliw ay nakayayamot na sa kanyang pandinig: ang kumintang ng kanyang mga mang-aawit ay naging tagulaylay na rin ng kanyang bungang-tulog na malimit dumalaw at magpatahip ng dibdib sa buong magdamag; ang lalong masasarap na pagkain at malinamnam na matamis ng niyog at iba pang bungang-kahoy ay namamait na sa kanyang panlasa; at maging ang kasintahan niyang kuwintas ng nilad at ilang-lang na pinagsalit sa hibla ng abakang inilalagay ng kanyang mga utusang ita sa kanyang may gilit at kayumangging leeg ay kinamumuhian na rin niya nang lumaon.

At, ang hapdi ng kalooban at di-maubos-maisip na lihim ng pagdaramdam ng puso'y lalong nagiging malubha't masasabing "patawirin" kung namamasid ang nag-iisang mayang nangungulugo sa hawlang gintong nakasabit sa harap ng kanyang durungawan paharap sa Kanluran. Paano'y napapansin niyang masagana man ang pagkain at dalisay man ang inumin ng maya'y hindi rin nasisiyahan; nakaaawit man, kung sakali'y wala rin ang awit na lalong matimyas at kaakit-akit sa pandinig na katulad ng sa magkasing pipit na pabagtas-bagtas sa bughaw na papawiring naaabot ng pananaw.

Sa katotohana'y naiinip siya nang walang kinaiinipan, namumuhi siya nang walang kinamumuhian; nayayamot siya nang walang kinayayamutan; at naghihintay siya wari sa isang darating na hindi man lamang niya mataya kung sino, kung saang pook manggagaling at kung kailan darating upang humanga, mamitagan at sumamba sa kanyang sanghaya, saka pagkatapos ay umawit ng awiting pinanabikan niyang malaon na sa gayong kanyang pangungulila sa gitna ng kasaganaan, kayamanan, kapurihan, at kaluwalhatiang maituturing ng sino mang kinapal sa balat ng lupa. . .

Isang araw, bago pa lamang nagbubukang-liwayway, ang isang pangahas na mandirigmang dayuhan, ay nangyaring makapamangka hanggang sa kalagitnaan ng ilog sa pinaka-bunganga ng dagat -- at makapangubli sa isang tanging panig ng mga kawayanan, hindi kalayuan sa pook na napagkagawian ring tunguhan ni Prinsibini Malaya -- sa pook na masasabing pinagpala ng Katalagahan -- doon sa ang bughaw ng ilog at puti ng nilad ay pinanununghan ng Langit.

At gayon na lamang ang panggigilalas at paghanga ng mandirigmang pangahas nang masaksihan ang kagandahan ni Prinsibini Malaya -- kagandahang sadyang pinatatangkilik sa mga biyaya ng Katalagahan. Nawala sa loob ng pangahas na mandirigmang dayuhan ang panganib na napipinto. Nalimutan pati kanyang pakay -- ang kanyang layon. Nakaligtaan din naman ang kanyang nais na matiyak kung saan maaaring sumalakay ang mga kawal niya sa lupain ng kasaganaan at katahimikang malaon nang inaasam na makuha at makupkop nila. Balak nilang sumalakay, kinabukasan, o sa lalong madaling panahon.

Sa ganyang pagkakaantala at malabis na paghanga sa kagandanhan. na itinambad sa kanyang paningin ng Pagkakataon, siya'y biglang nadakip ng matatapat na alagad ni Lakan-Ilog. Nadakip siya samantalang nanunubok at nagmamasid sa Prinsibini, na noon ay nasa pakikipanayam sa sarili niyang guniguni. . .

"Pangahas na Apo ng Buwaya!" anang isang alagad ni Lakan-Ilog. "Bukas din ay makakamit mo ang malaon mong hinahanap sa iyong kapangahasan. Sa pusod ng dagat, doon lalo mong masisinag ang kagandahang hindi maaaring tignan lamang at hangaan ng isang pangahas na katulad mo."

"Sino ka?" ang usisa ni Soliman, ang pinaka-puno ng mga alagad ni Lakan-Ilog.

"Raha Bagsik!" at naghagis ng masid sa Prinsibini.

"Ang aking hatol," ani Raha Soliman sa isang tinig na marahas at makapangyarihan, "ay talian agad siya sa leeg at lagyan ng pabigat, bago ihulog sa kabughawang iyan!" sabay turo sa pook, hindi kalayuan sa baklad ng mga pating na may sadyang pinto, na maaaring buksan agad, kung hinihingi ng pagkakataon.

At, nang mapayapa ang tubig at unti-unti nang magbalik ang kabughawan, ang bayaning si Raha Bagsik ay namasid na lamang na lumalangoy na palayo. Kayapos si

Percival Campoamor Cruz   Alberto Segismundo Cruz

Prinsibini Malaya, na siyang katulong sa pakikirigma sa mga pating, sapagka't siya rin ang naghandog ng patalim na punyal sa pangahas at bayaning Raha upang makipaglaban bago mamatay.

Nguni't, sa harap ng gayong nakalalagim na tagpo, ay biglang lumapit si Prinsibini Malaya at nagturing:

"Bakit ninyo parurusahan ang isang humahanga sa kagandahan ng inyong Prinsibini?" Hindi nakasagot si Soliman, na malaon nang may lihim na pag-ibig sa Bathala ng Dilag ng Lupain ni Lakan-Ilog.

"Kasalanan baga ang humanga sa kagandahan?" ang ulit pa ni Prinsibini Malaya, sa pagtatanggol sa pangahas na raha.

"Hindi kasalanan, anak ko, ang humanga sa kagandahan!" ang biglang sagot ni Lakan-Ilog na dumating noon din, "nguni't hindi natin matitiyak kung ano ang layon ng kanyang kapangahasan. Nakataya sa panganib ang ating lupain at ang ating karangalan. Kung siya'y walang layong masama, ang mga pating ang magliligtas sa kanya, kung sakali. Ipaubaya natin siya sa pasiya ng mga maninila sa kabughawan."

Lahat ay nanggilalas at si Prinsibini Malaya ay walang naitugon at yumukod na lamang sa kanyang ama, bilang pamimitagan. Lumungkot ang kanyang mga mata, kasabay ng pagtatago ng Araw sa isang malaking kimpal ng panginorin.

Percival Campoamor Cruz   Alberto Segismundo Cruz

Nang magtakip-silim na ay tinupad agad ang mga unang hakbangin sa pagpaparusa sa pangahas na si Raha Bagsik. Nang siya'y ihulog sa tubig ay kaylaki ng bulubok na nalikha sapagka't malaki at mabigat ang batong bumatak sa taling nakagapos sa kanyang leeg at katawan.

Ang takip-silim ay lalo pang lumaganap sa baybay-dagat, hanggang sa marinig ang utos sa tanod sa baklad ng mga pating na pakawalan na ang mga maninila sa kabughawan.

"Itaas ang pinto ng baklad!" At lumagitik sa katahimikan ang mga buhong siyang pinaka-bakod sa pintuan ng baklad ng mga maninila.

"Ha, ha, haaa, haaa, aa!" humalakhak si Soliman.

Walang anu-ano'y narinig ang utos ni Lakan-Ilog na tanglawan ng mga sulo ang paligid upang matiyak ang pagkatupad ng parusa. Hindi naglaon at nagliwanag ang bungad ng ilog saka ang bunganga nitong bahagi ng kabughawan, na bumubulubok na ang tubig sanhi sa isang paglalamas na nangyayari doon, at namasid ang pamumula sa paglaganap ng liwanag ng mga sulo.

At, nang mapayapa ang tubig at unti-unti nang magbalik ang kabughawan, ang bayaning si Raha Bagsik ay namasid na lamang na lumalangoy na palayo. Kayapos si Prinsibini Malaya, na siyang katulong sa pakikirigma sa mga pating, sapagka't siya rin ang naghandog ng matalim na punyal sa pangahas at bayaning Raha upang makipaglaban bago mamatay.

Percival Campoamor Cruz   Alberto Segismundo Cruz

Datapuwa't hindi pa nalalayo si Raha Bagsik ay bigla nang lumubog, sanhi sa panghihina, bunga ng pagtatamo ng mga malubhang sugat na likha ng mga kagat ng pating sa kanyang dibdib.

Si Prinsibini Malaya ay ngumiti, at nagbalik, na palangoy sa pook ng kanyang ama, na nagpasugo agad ng mga tagapagligtas nang siya'y matanawan.

Nang siya'y makaahon ay pangiting nasabi:

"Kailangan ang binhing bayani sa ating lupain!" at yumapos sa kanyang ama, bago humingi ng kapatawaran.

Mula na noon, ang mga alagad ni Lakan-Ilog ay naging mga tunay nang kawal at mandirigma. Dinamdam nila ang nangyari a ang ipinarinig ng kanilang Prinsibini. Hindi sukat ang mga lalaki sa isang lupain. Kailangan ang magpaka-lalaki at magpakabayani!

Percival Campoamor Cruz   Alberto Segismundo Cruz

SI MARIANG BITUIN
Alberto Segismundo Cruz

Credit: Color pencil of Mama Mary by artist Mila Tanjuakio.

Mga Pangunahing Tao ng Kathambuhay:
Maria (dalaga), 19 na taong gulang
Rodrigo (binata), 24 na taong gulang
Lucio, anak na binata ng puno ng tulisan, laki sa bundok,
25 taong gulang
Aling Petra, ina ni Maria, 54 na taong gulang

Percival Campoamor Cruz   Alberto Segismundo Cruz

Gundong, magdaramo, ama ni Maria, 66 na taong gulang
Juan "Silakbo" Magpantay, puno ng tulisan, 62 taong
gulang
Tinay, dalagang kababata ni Lucio, 18 taong gulang
Tandang Teroy, katiwala ng bukirin nina Rodrigo, 61 taong
gulang
Tikong, kababata ni Rodrigo, 27 taong gulang
Punong-bayan, tininte ng nayon, puno ng kostable,
pangkat ng mga kostable, ilang pulis, ilang magdaramo,
ilang magbubukid, ilang tindera, mga taong-bayan

Pook ng kasaysayan:
Pinyahan, lalawigen ng Plaridel

Mga tanging pook sa tagpo:
Tabing-Ilog, pamilihan, liwasang-bayan

Panahon ng kasaysayan:
1904

Paunawa:
Ang mga pangalan ng tao, buhay o patay man, at ang
mga pook na tinutukoy dito ay hindi ukol kangino man at
sa alin mang lunan; ang lahat ay likha lamang ng
maykatha at bunga ng pagkakataong parang pinagtiyap
sa kasaysayan.

Hindi lingid sa nayon ng Pinyahan ang
kakaibang paglilihi ni Aling Petra, asawa ni Bundong
magdaramo. Sa tuwing titingala si Aling Petra sa langit,
kung gabi, na ang mga bituin ay parang isinabog na mga

Percival Campoamor Cruz   Alberto Segismundo Cruz

hiyas ni Bathala, ay ano ba't para siyang nakakikita ng mga bato ng brilyanteng nagpapasasal sa tibok ng kanyang puso. Nang isilang ang kanyang unang sanggol na isang babae ay hindi pa gaanong napuna ang bunga ng gayong kakatuwang paglilihi. Nguni't nang magdalagita na si Maria (ito ang pangalang ibininyag sa sanggol sa pagsunod sa pangalan ng Ina ng Awa) ay saka napaghalata at napagkilala kung ano ang ibinunga ng gayong hinala sa pagdadalang-tao ng isang ina. Si Maria na isang dalagitang kayumanggi, may magandang mukha at may malago't kulot-kulot na buhok na kakulay ng sa mais, ay nagkaroon ng katangiang bihirang mapantayan: Ang maganda niyang mata na waring may kutitap ng mga bituin. Hindi iilan ang kapangalan ni Maria sa nayong iyon, kaya't upang matiyak na siya ang tinutukoy ay pinalayawan siyang si Mariang Bituin.

Matuling tumakbo ang panahon at sa ilang taong nakalipas na ipinag-aral ni Mariang Bituin ay napuna ang hilig nito sa pagsisimba. Sa harap ng marikit na larawan ng Ina ng Awa na panata ng nayon, ay mataimtim siyang nakatitig at mandi'y kinakausap ang banal na imahen na para sa kanya'y buhay na buhay. Datapuwa't lingid sa kaalaman nino man, bukod sa kanyang pamamanata ay may isang lalo pang makapangyarihang dahilan kung bakit nagkagayon siya -- ang manatili sa gayong pamamanata sa Birhen ng Pinyahan. May isang kuwintas na ginto at palawit na kurus na ginto rin ang panata ng nayon. Nguni't ang kurus na ito ay batbat ng malalaking batong-brilyante. Handog ito ng isang mayamang "heredera" na nag-iisang anak ng nag-kapitang Kastila sa lalawigang nakasasaklaw sa nayon. Ang handog na iyon ay nanatili, may isang siglo na halos ang nakalilipas; at iyan ang isa pang dahilan kung

Percival Campoamor Cruz   Alberto Segismundo Cruz

bakit gayon na lamang kasaya at pinagdarayo ng makapal na tao ang pista ng Pinyahan.

Habang lumalaon ay nag-aalab ang pag-ibig at pagmimithi ni Maria sa kurus na brilyante ng Ina ng Awa. Hindi lamang sa karaniwang oras siya napatutungo sa simbahan; malimit pa, kung nagdarapit-hapon, ay nagtutungo siya -- isang bagay na hindi man lamang nakapagpapaligalig sa "piskal ng simbahan", si Tata Joaquin, at sa kampanerong si Tandang Abdong Nguso, bagama't binubulay-bulay nila ang pag-uugali, sa gayong kasidhian sa pamamanata ng dalagang nayon.

Buhat nang makapagtapos ng "high school" si Mariang Bituin ay nanatili na lamang sa bahay upang tumulong sa ina sa mga gawain sa tahanan at kung minsan ay sa pagtatali ng damo, kundi man sa pagsasalansán nito. Marami man ang nagsisiligaw sa kanya ay wala siyang tinutugon pa, kaya't may ilang nagkahinala sa nayon na dahilan sa kanyang pamamanata ay malamang na magmadre ang dilag ng Pinyahan.

Subali't mali ang hinala ng bayan. Si Rodrigo, anak ng isang nakaririwasang magbubukid, ay may lihim na pag-ibig kay Maria, at sa lihim na ito ng kanilang kabataan ay ang dalaga lamang ang nakababatid, sapagka't palihím man ding nagpapasugo si Rodrigo sa kanilang katiwalang si Tandang Teroy at iniaabot tuwina dito ang liham ng pag-ibig para sa dalaga. Sa kabila nito ay wala pa ring natatamong liwanag si Rodrigo, kaya't sa dakong huli ay nagkahinuha na rin na hindi malalaon at si Mariang Bituin ay magiging isa pang kabiyak ng dibdib ni Kristo.

Percival Campoamor Cruz   Alberto Segismundo Cruz

Dumating ang malaking pista ng nayon na napabalita hanggang sa Maynila. Ginayakan nang lalong magara ang birhen at minsan pang inilagay sa tapat ng dibdib ang kurus na kumikinang. "Narito na ang pagkakataon!" naibulong sa sarili ni Maria. "Matagal nang hindi ko naisasagawa ang ibig kong magawa, nguni't ngayon ko makakamit ang nais ng aking kaluluwa.

Sa boong maghapon, ang nayon ay masasabing nagpakalasing sa pagdiriwang. Sa liwasang-bayan ay walang tigil ang tugtugan ng tatlong banda ng musika. Sa palaruang-bayan ay idinaos ang mga palaro, samantalang sa gabi ay idinaos ang palatuntunan at sayawan ng kabataan. Sa kinaumagahan, kinabukasan, ay nagkaroon ng prusisyon at sa gabi ay prusisyon din at niwakasan ng mga paputok at ng tinatawag na "fuegos artificiales". Samantala, lahat ng tahanan -- mahihirap o mayayaman ay nagpiging, Maraming panauhin, masagana ang handa, may tunggaan ng alak; may katuwaan; may halakhakan. . .

Nang mamatay na ang ilaw ng simbahan nang gabing yaon at malabí na lamang ang dalawang naglalamay na kandila sa altar ng Birhen, matapos na ipasok ang prusisyon, isang anino ang nakapagtago sa likurán ng altar na pinagbalikan ng banal na imahen. Buhat dito, ang mahiwagang kamay ay iniabot at bumaltak sa kuwintas ng Birhen. Kahi't ang yabag ng paa ng kumuha ay hindi napansin, sapagka't nakatungtong sa alpombra. Samantalang nagaganap ang ganitong pangyayari sa loob ng simbahan, ang puyat at nahapong nayon na nagpapahingalay ay biglang ginimbal ng sunod-sunod na mga putok. "Mga tulisan! Mga tulisan!" At nagkagising ang

Percival Campoamor Cruz   Alberto Segismundo Cruz

boong bayan higit pa ang nagkaroon ng malaking sunog. Putukan. sagupaan, hiyawan, kaguluhan. . . hanggang sa dumating nang huli na sa panahon ang isang pangkat ng mga kostable. Nguni't maliban sa ilang nasugatan at isang namatay na matanda, dahilan sa pagkakatama ng isang ligaw na punglo, ay wala nang iba pang nabatid ang bayan. Sa nangyaring kaguluhan ay gumawa ng kaukulang pagsisiyasat ang mga pinuno, pati na ang pinunong lalawigan at pamunuan ng hukbo. Datapuwa't ang bayan ay lalong naligalig nang sumambulat ang balita, makaraan pa ang dalawampu't apat na oras, na ang Hiyas ng Birhen ay nawawala. Hininala agad na ito'y pinagsamantalahan ng mga tulisan o ng mga taong-labas.

Biglang-biglang napuna ng nayon, makaraan ang ilang buwan, na si Mariang Bituin ay nagbago na mandin ng akala. Hindi na siya naging masugid sa pagbabanal, sapagka't kung araw na lamang ng Linggo tumutupad ng panata. Kasabay ng pagbabago ng ugali niya ay ang isang pag-uugaling lalong naiiba kaysa dati. Naging lagi siyang masaya, napahilig sa mga pasiyalan at pagdiriwang ng kabataan, hanggang sa nagkaroon tuloy ng pagkakataon na maging malaya rin ang kanyang puso sa anyaya ng pala-hangang kabataan. Sinamantala ni Rodrigo ang ganitong pagbabago sa katauhan ng kanyang minamahal at inihain ang kanyang pag-ibig. Sa isa nilang pagkikita sa isang piknik sa Tabing-Ilog ay nagpunyagi ang binata na matamo ang "oo" ni Maria. Sa lilim ng isang punong-mangga ay nagkausap silang mabuti at doon nagsalita nang malaya ang dalaga. Na hindi maaaring siya'y maging marapat sa pag-ibig ninuman. Na ang kaligayahan niya at tunay na pag-ibig ay nasa kanyang pag-iisa.

Percival Campoamor Cruz   Alberto Segismundo Cruz

Hindi nga maubos-maisip ni Rodrigo ang kadahilanan nang gayong hindi pagtugon sa pag-ibig na kanyang inihain sa dalagang minamahal, gayong sa kilos, sa anyo at sa lahat ng bagay ay ay napagkikilala niya at nadarama na may pagmamahal ang dalaga.

Ang samahan ng kabataang Pinyahan, kung nalalapit na ang buwan ng Mayo, ay nagdaraos ng pagdiriwang sa pagbubunyi sa mga bulaklak. Ang pinakatampok ng pagdiriwang na ito ay walang iba kundi ang paghirang ng tinatawag na "Flora" na kumakatawan sa Reyna ng mga Bulaklak. Sa pagkakataon, si Maria na sadyang kabigha-bighani ay nahirang na patnubay na "Flora" at sapagka't kilala ng madla ang binatang nagsusumakit sa pangingibig sa dalaga, ay hinirang naman si Rodrigo upang siyang maging kapareha niya sa boong maghapon.

May paliguan sa ilog, may papakan ng litson, may sayawan at paglilibot sa marikit na pook ng Pinyahan, hindi kalayuan sa Tabing-Ilog. Nang makapananghali na si Maria at si Rodrigo ay niyaya ng binata ang kanyang kapareha sa isang panig na kubli, sa lilim ng manggahan. Sa pook na ito na anaki'y ibiniyaya ng Katalagahan sa Pinyahan ay ipinarama na namang muli ni Rodrigo ang kanyang walang maliw na pagmamahal sa dalaga. Nguni't si Maria ay matigas din, at tahasang sinabing "Kung ako'y iniibig mo, Rodrigo, ay pagpipitaganan mo ang aking nais." Datapuwa't kasabay ng pagbibitiw ng pangungusap ng dalaga ay siya namang pagkahulog ngisang manggang maniba lang na napatapat sa ulo ni Rodrigo. Salamat at padaplis ang tama; gayon man ay nagkaroon din ng bukol at dinaluyan ng bahagyang

Percival Campoamor Cruz   Alberto Segismundo Cruz

dugo. Sa katotohanan ay saglit na nawalan ng malay-tao si Rodrigo. Nang matauhan ang binata ay napuna niya na ang ulo niya'y nasa kandungan ng dalaga at pinagyayaman ng binasang panyolito nito ang sugat sa ulo. Sinamantala ng binata ang gayong pagkakataon, at ipinikit na muli ang mga mata at nagkunwang wala pa siyang malay. Hindi magkantututo sa gagawin si Maria nang mapuna niyang hindi pa nahihimasmasan ang binata. Kaya't halos pasubsob siyang nagmamalasakit upang mabasa ng tubig pati mukha nito. Sa gayong katayuan ay idinilat nang bahagya ni Rodrigo ang mga mata at ang mayamang dibdib ng dalaga ay napatanghal sa kanyang paningin, hanggang sa mapuna ang kumikislap na hiyas -- ang kurus na nagniningning -- sa pinaka-leeg ng kamison nito. Noon di'y napatindig ang binata. Nagulumihanan siya, samantalang ang dalaga naman ay nakangiti sa pagbabalik ng malay ng kanyang pinagpala, bagaman kumakaba ang dibdib. Napagkilala ni Rodrigo kung sino si Maria na kanyang iniibig at pinakamamahal. Ang kurus na iyon ay kurus ng Mahal na Birhen.

Kung ilang araw na binubulay-bulay ni Rodrigo ang dapat niyang isagawa: Ibunyag kaya ang kasalanan ni Maria at ipausig ito upang huwag pamarisan? O timpiin kaya sa kanyang puso ang lihim na iyon na nagpaulap na bigla sa langit ng kanyang pag-ibig? Masakit na ang kanyang ulo at maging sa gawain sa pagtulong sa kanyang ama at sa pag-aaral ay hindi magkangtututo. Isang magnanakaw ang kanyang iniibig. At ang pinagkasalahan pa naman ay ang birheng panata.

Samantala, sa landas ng kapalaran ni Maria ay may bumagtas na isang hindi kilalang lalaki. Napansin si Maria, isang araw ng Linggo, na nagbuhat sa pamilihang-bayan. Sinundan ito, boong pitagan ipinagtapat ang kanyang pangalan -- Lucio Magpantay – at humingi ng paumanhin na kung maaari'y maihatid ang dalaga hanggang sa tarangkahan ng kanilang tahanan.

Nagpasalamat si Maria sa pagkakadala sa kanyang maliit na "basket"na kinasisidlan ng pinamili. Datapuwa't sumasal ang kaba ng kanyang dibdib. Ang lalaking iyon ay hindi kilala at hindi sadyang nakikilala sa Pinyahan. Gayon man, napaghalata niya na may kagandahan ding lalaki ang binata, matipuno ang pangangatawan at may laman kung magbitiw ng pangungusap. Ang ganitong pagsabay-sabáy sa pamilihan kay Maria ay naging malimit, hanggang mapuna ng madla at ni Rodrigo. Nguni't batid ni Rodrigo na wala siyang karapatan upang manibugho sapagka't wala pang nabibitiwang kapangakuan ang dalaga sa pag-ibig sa kanya.

Minsan, sa ganitong pagsabay-sabay ni Lucio kay Maria ay napilitang magparama ng pagkayamot ang dalaga, sapagka't naipagtapat na niya sa masugid na binata na siya naman ay maaaring dalawin sa bahay, nguni't minamarapat pa ang bumuntot sa daan. Namula ang mukha ni Lucio sa gayong tinuran ng binibini at boong katigasan ng loob na nagsabi ng gayari: "Nasabi ko na na pinagpipitaganan kita, sapagka't may pag-ibig ako sa iyo. Datapuwa't wala akong panahon upang sundin pa ang pamamaraan at kuskus-balungos ng lipunan. Nasugatan ang damdamin, si Maria ay boong ngitngit na tumugon: "Dinaramdam ko, ginoo; may iba nang pinaglalaanan ang aking puso. "Kung mayroon," tugon naman na pahamon ng binata, mahuhulog siya sa aking kamay!" Biglang nahintakutan si Maria at napatili tuloy sa ipinahayag ng binata. Sa takot ni Lucio na baka siya'y umugin sa pook na hindi siya kilala, dahilan sa parang lumitaw na may ginawa siyang hindi marapat sa dalaga ay boong dahas na binuhat si Maria, na bagaman naglaban at humingi ng saklolo, ay nangyari ring maisakay sa kabayong ipinugal ng binata sa malaking katawan ng isang puno ng dapdap, hindi kalayuan sa pamilihang-bayan. Nasa kabayo na si Maria ay nagpapatihulog pa rin, datapuwe't may panyolitong basa ng eter ang mabilis at pangahas na binata na itinakip agad sa mukha ng kanyang inagaw, kaya't nang malayu-layo na ang kabayo ay para na ring patay ang dalaga. Sa di-kawasa'y nagkagulo ang taong-bayan, lalo na nang may sumigaw na "Harang! Harang!" Datapuwa't nang magsirating ang punong-bayan saka ang ilang pulis at isang pangkat ng mga mamamayang sandatahan ay hindi man lamang natanaw kahi't alikabok ng kabayong kabo-negro ng binatang tulisan.

Kinahapunan din ng araw ng pagkakaagaw kay Maria, ay nagpulong ang mga mamamayan sa liwasang-bayan. Dumalo sa pagkakataon ang matataas na puno sa lalawigan at sa bayan, gayon din ang mga alagad ng batas. Pinag-usapan nila ang pagsalakay sa pangkat ng mga tulisang pinamumunuan ni Juan Silakbo. Nang una, ay binalak na magbuo ng isang pangkat ng mga mamamayan upang magsilusob, kasunod sa likuran ang pangkat ng mga kostable at pulis. Datapuwa't si Rodrigo ay tutol at sinabi niyang mangyayari ang malubhang pagdanak ng dugo, kapag nagkataon. Ipinayo ni Rodrigo na lalong mabuti na ang isa o ang dalawa ay maniktik muna sa dako ng kabundukan na kinahihimpilan ng mga tulisen upang mapag-aralan ang kilos ng mga tanod at ang lakas ng pangkat na labag sa batas. Sinabi rin niya na siya at ang isang matapat na kaibigan, si Tikong, na kapwa-bata niya, ay maaaring tumupad ng gayong maselan na gawain. Pumayag ang mga nagpulong sa gayong balak ni Rodrigo, bagaman marami rin ang tumutol, kabilang na rito ang kanyang ama, na nagturing na iyon ay isang kapangahasan kundi man masasabing isang paghamon sa kamatayan.

Samantala, sa himpilan ng mga tulisan si Maria ay tinatanurang mabuti ng dalawang alagad ni Juan Silakbo, saka ng isang babaeng nangangalang Tinay, na kababata ni Lucio at anak din ng isang matandang tulisan. Lihim kay Maria, ay hindi niya nalalamang naninibugho si Tinay na may malaking pag-ibig kay Lucio. Sa kabila nito, sapagka't naatasan si Tinay na pagpalaing mabuti ang dalagang inagaw, kaya't tinupad din ang tungkulin. Inaliw niya ang dalagang bilanggo, bagaman lihim na nagdurugo ang kanyang puso. Nasa isip ni Tinay, na ang bilanggo, sa malao't madali, ay siyang aagaw ng kanyang bugtong na pag-ibig kay Lucio. Hindi niya mapapayagang mangyari ang gayon, kasakdalang ikasawi man yata ng kanyang buhay.

Luhaang-luhaan si Maria. Ang alo ni Tinay, saka ang masasarap na pagkaing idinudulot ay nawalan lamang ng halaga, may hinuha si Maria na hindi malalaon ay darating na ang kanyang mga taga-pagligtas. Sa kaibuturan ng puso naman ni Tinay, ay ito rin ang kanyang ibig na mangyari: Mailigtas si Maria at nang masarili niya (ni Tinay) ang puso ni Lucio!

Nang sinundang gabi, nang maglaho ang buwang kabilugan at magbanta ng pag-ulan ang panahon,

Percival Campoamor Cruz   Alberto Segismundo Cruz

dalawang anino ang pagapang na umaakyat sa kabundukan. Sa paminsan minsang pagkidlat ay napapalantad na sila'y sandatahan. Ang dalawang anino ay walang iba kundi si Rodrigo at si Tikong, kapwa-bata ng una at matapat na kaibigan. May misyon sila kapwa sa pangalan ng bayan at ng pag-ibig na, kung makakaya, ay iligtas noon din sa kabuhungan ng mga tulisan ang Dilag ng Pinyahan.

Sa lumang simbahan ng Pinyahan ay tumugtog ang ikalabing-dalawa ng hatinggabi na wari'y isang malungkot na agunyas. Nang oras ding yaon, parang pinagtiyap ng tadhana, ay magkasabay halos na nabulagta ang dalawang tanod sa labas ng kampamentong kinatutulugan ni Maria at ni Tinay. Mabilis na pumasok ang dalawang anino, at sa isang iglap, ay nabusalan agad ang bibig ng dalawang babae upang hindi makasigaw. Sumasal ang tibok ng puso ni Mariang Bituin at ang tibuking iyon ay hindi nagkabula, sapagka't narinig niyang bumulong ang isa sa lumusob. "Sumunod ka sa amin. Mahal ko, ano man ang mangyari." Ang tinig ay kay Rodrigo. Samantala, ang ikalawa namang lumusob ay nagpasiyang itali nang mahigpit si Tinay sa higaan, matapos na ito'y mabusalan. Pagkatapos ay isinakay agad ni Rodrigo si Maria sa kabayong nakahanda na noon. Ang ikalawang anino ay sumakay na rin sa kabayong ipinugal sa isang punong-kahoy, matapos na matiyak na hindi na makatatakas ang itinaling babaing tanod ng mga tulisan. Nang malayo na sila ay nagpasiya ang dalawa na tagapagligtas ni Maria na maghiwalay ng landas. Si Tikong ay dumako sa sapa upang bagtasin ito at nang makahingi agad ng saklolo upang mahadlangan sa panahon ang pag-uusig ng mga tulisan. Samantala, si Rodrigo naman, na kasakay sa kabayo si Mariang Bituin, ay

Percival Campoamor Cruz   Alberto Segismundo Cruz

nagpasiyang dumako sa isang kubling panig, hindi kalayuan sa Tabing-Ilog upang sila'y magkapanayam ng dalagang iniligtas. "Rodrigo, ano kaya ang maigaganti ko sa iyo sa pagliligtas mo sa aking buhay?" tanong ng dalaga. "Ganti?" tugon ni Rodrigo, "hindi ko pa natutupad ang lalong dakilang tungkuling dapat kong tupdin -- ang iligtas ang iyong kapurihan. "Ano ang ibig mong sabihin, Rodrigo?" usisang nanggigilalas ng dalaga. "Ang hiyas ng Birhen, mahal ko, nababatid kong. . ." at di na naituloy pa ng binata ang bibigkasing pangungusap.

Kapag-daka ay humagulgol ng iyak na parang musmos si Maria. "Ako'y isang salarin; isang magnanakaw na dapat parusahan. Iwan mo ako at pabayaang masawi na rito. Ibig ko nang mamatay. At tumugon si Rodrigo na nanginginig ang tinig. "Maria, napakadakila ng aking pag-ibig sa iyo, kaya't salarin ka man ay iniibig pa rin kita. Mey paraan upang mahugasan ang iyong kasalanan. Ngayon din ay maibabalik natin sa dibdíb ng Mahal na Birhen ang nawawalang hiyas. Sa katotohanan ang boong bayan ay naniniwala na nasa kamay iyan ng mga tulisan. Sapagka't iniibig kita kaya't inari ko na ang lihim mo ay lihim ko rin!"

Bago magbukang-liwayway ay tinugtog ang unang misa sa simbahan ng Pinyahan at bago magtapos ito, nang lumaganap na ang liwanag ng bukang-liwayway, ang mga nananalangin sa loob ng tahanan ng Diyos ay biglang namangha nang matanawan at mamasid na nasa dibdib ng Mahal na Birhen ang kumikinang na hiyas. Kumalat agad ang balita sa boong nayon, bayan, at lalawigan, at gayon na lamang ang pasasalamat, lalo na nga nang dumating pa ang isang balitang buhat sa kabundukan na diumano'y nangapatay na ang pamunuan ng mga tulisan at kanilang

Percival Campoamor Cruz   Alberto Segismundo Cruz

kabig, maliban sa iilang nakatakas. Naging dahilan ang mga pangyayaring ito upang ipagpasalamat ng bayan ang paglkakabalik ng hiyas ng kanilang Birhen, kasabay ng pagbabalik ng katiwasayan.

Nang idaos ang sumunod na pista ng bayan, ang pagdiriwang ay dinaluhan ng lalong makapal na tao at panauhin buhat sa Maynila at mga karatig-bayan. Naging araw ng pasasalamat ang gayong pagbubunyi. Sa araw ding ito na sinadyang itakda ng magkabilang panig, si Rodrigo at si Marying Bituin ay pinag-isang dibdib sa harap ng altar ng Ina ng Awa. Nakatitig na gaya nang dati si Maria sa hiyas ng Birhen, nguni't sa pagkakataong yaon ay nakatitig din si Rodrigo. Paano'y lalong naging dakila at wagas ang kanilang pag-ibig, na may kinalaman ang kurus na batbat ng brilyante ng Panata ng Pinyahan.

Percival Campoamor Cruz   Alberto Segismundo Cruz

MGA HULING TALULOT
BAGO MAGTAG-ULAN
Alberto Segismundo Cruz

Credit: dreamstime public domain

Sa Baryo Pinyahan ay hindi makikilala ang maganda't masunurin sa magulang na si Nydia kundi kaugnay ang banggit na Anak na Dalaga ni Ka Iskong Bulag. Sa araw-araw, ang malaking bahagi ng panahon ay iniuukol ng mabait na dalaga sa kanyang ama upang kumita ng ikabubuhay. Si Ka Isko ay isang pulubi, sa tiyakang bansag, nguni't may katangian sa pagtugtog ng gitara. Bukod sa taga-akay at patnubay ang anak na dalaga sa paglakad at paghahanap-buhay sa gayong paraan, si Nydia ay malaking tulong pa rin, sapagka't sa maririkit na tugtugin ng kanyang ama, siya nama'y nagpaparinig ng mga katutubong awit, palibhasa'y ipinanganak na "may pipit sa lalamunan" saka nagkaroon pa ng karanasan na mapasama sa mga korista ng simbahan sa kabayanan. Umaawit ang dalaga, sumasaliw ang amang bulag, sa tulong ng gitara. Kung sa bagay ay may maliit din namang bukid si Ka Isko na may limampung kabang palay ang naaani, bukod sa iba't ibang gulay sa tumana at kahoy na namumunga sa bakuran. Ang bukid ay pinangangasiwaan ng isang utal niyang pamangkin, si Ikeng. Masasabing hindi man maglakad at magpalimos si Ka Isko ay hindi na rin sasala sa oras, wika nga; datapuwa't sadyang si Ka Isko'y may hilig sa kanyang katutubong pag-ibig - sa musika - sa bisa ng kanyang gitara. At ang ganitong nakaugaliang gawaing pinag-uukulan niya ng panahon ay lalo namang nakasisiya sa kanyang katandaan, sapagka't si Nydia ay "laging malapit" sa kanya sa pagtangkilik at sa kawalan ng paningin, nalulugod ang puso niya na marinig ang pag-awit ng anak na dalaga ng mga piling kantahing-bayan.

Anopa't sa mga kapistahan sa mga karatig na baryo at maging sa kabayanan, ang mag-ama'y sadyang pinananabikan. Sa plasa o maging sa bakuran sa paglabas ng bisita o simbahan ay talagang dumaragsa ang tao, lalo na kung natatapos ang prusisyon o misa ukol sa Birheng Panata o Santong Panata ng mga namimintakasi. Malimit na humiling ng kantahin o awitin ang ilan, na kapag sadyang napapanahon na ay nakapaligid ang marami sa mag-ama at ang ilan ay nagsisipalakpak pa. Sa tagpong ito ng dula ng buhay ng mag-ama ay karaniwan nang kasama ang isang batang-lalaking lilimahing taong gulang, na siyang naglalapag ng isang maliit na bilao sa gitna ng umpukan upang doon malikom ang mga inihahagis na bagol, mamiseta, manalapi o pipisuhin. Pinupulot ng bata ang sumala sa bilao at nagpapasalamat – "Salamat po, mga tatang, mga nanang."

Sa kabatiran ng madla, ang batang lalaking tumutugon sa palayaw na Minyong ay ampon ng mag-ama. Kaya, sa mula't mula pa, sa bukid man o sa bayan at maging sa pagdayu-dayo ni Ka Isko at ni Nydia sa ibang pook, ang musmos na si Minyong ay nakakatulong din, bagay na kinalulugdan ng marami. Talagang ang batang lalaki ay nakalulugod, -- may mainam na bukas ng mukha, malusog, laging nakangiti at nakatutugon nang mapitagan sa sinumang kumakausap.

"Sino ang Inang mo?" minsa'y usisa ng isang nalulugod sa bata. "Sino pa po kundi si Nydia!" sabay turo sa tinukoy. At dinugtungan pa ng: "Ipinaglihi daw po si Inang sa Birhen ng Pinyahan."

Napapangiti si Nydia, kasabay ng iling na nagpapahiwatig ng hindi niya pagsang-ayon sa binanggit ni Minyong. Saka biglang nangungulimlim sa kanya ang daigdig. Nagiging malamlam ang tanaw niya sa pangitain, Sapagka't pinupukaw na naman ang damdamin niya ng isang Kahapon. Isang Kahapon sa kabanata ng buhay niya na sa tuwi-tuwi na'y sadyang dumarating na may siphayo at kapaitang nadarama ng kanyang puso. Sadyang di matutulusan ang buhay ng tao, at sa atas ng tadhana, ang nakukubling mga pangyayari ay nagbabalik sa alaala, na nagpapasariwa sa isang sugat na hindi malunasan ng haba ng panahon o ng takbo ng mga pangyayari na rin, sa dakong huli.

Kung mapapasiwalat lamang ang mga lihim ng Nakalipas. Kung mabubuklat lamang sa kabuuan ang Kahapon! Marahil ay may makapagsasabi ng ganito, sa paraang palihim at pa-ismid. "Hayan ang Magdalena ng Pinyahan,"

Sa awa ng Diyos, ang mga kanayon niya ay may tanging pagpapahalaga sa kanyang katauhan. Pinupuri pa nga ang kabutihan nilang mag-ama at ang pagkakawanggawa nila, na sa likod ng ilang taon, ay nakapagsumakit silang maalagaan, mapalusog at matangkilik ang itinuturing na "Batang Ampon" - Si Minyong.

Limang taon na ang batang lalaki. At habang lumalaki ay lalong nagkakaroon ng lakas ng loob si Nydia na pag-ukulan ng pagmamahal. Kung sakali ay magiging karapatdapat na kahalili si Minyong ng tunay na ama niya. Nasa puso ni Nydia ang isang damdaming-ina. Nasa kanya ang susi ng katotohanan ng kanyang lumipas. Si Minyong lamang ang kanyang pag-asa at nalalabing ligaya sa buhay. Subali't ang pagkakataon ay mapanghimasok sa kanyang lihim na damdamin. Habang lumalaki ang bata ay nakakamukha ito ng lalaking nakapagsamantala sa kamuraan at Unang Pag-ibig niya. Kung siya'y nag-iisa, lalo na kung nakapag-"Rosario" na, bago matulog sa kanyang silid na ang tanging kasama'y si Minyong, ang Aklat na iyon ng kanyang pag-ibig ay nabubuksan at ang bawa't dahon ay maliwanag na natutunghayan sa sariling balintataw. . .

Nasa unang baytang pa lamang ng "high school" si Nydia. Noo'y hindi pa siya malimit na makasama ng kanyang amang bulag, na inihahatid lamang niya hanggang sa isang panig ng patyo sa bisita sa nayon, tuwing umaga, bago siya magtuloy sa paaralan. Kaya siya ang nangangasiwa ng kanilang tahanan sa bukid, at kung araw ng tiyanggi, lalo na't Sabado na wala naman siyang klase, ay namimili siya ng mga kailangan sa pamilihan sa kabayanan. Isang tanghali ng huling linggo ng Mayo ay inabot siya ng sakuna sa daan sa pagbabalik sa bukid, lulan ng isang karitela. Nakasalubong ng karitelang ito sa isang sangang-daan ang isang mabilis na ""motorciclo"; at sa "pagputok-putok" at ugong ng motor ay nagulat ang kabayo. Nagwala, at nag-aalma ang kabayong ito hanggang sa mapagilid ng daan at bumangga sa isang malaking puno ng akasya. Nalilig ang mga sakay; at siya, si Nydia ay isa sa nasaktan. Nagkaroon siya ng galos at sugat sa binti at bisig, bukod sa ilang pasa pa sa katawan. Dinala agad ang nangasaktan sa pagamutang-lalawigan na hindi naman kalayuan sa pook ng sakuna.

Sa pagamutang lalawigan nakilala ni Nydia si Dr. Roberto Remy , na siyang pangunahing siruhano doon. Tumutuntong pa lamang ang binatang manggagamot sa kanyang ika-28 taon - katamtaman ang taas, maganda ang hugis ng mukha, malusog, matikas at may buhok na kulot na nahahawi nang alanganin sa gitna at sa kaliwang gilid. Makisig siyang tumindig at may sining ang galaw ng kanyang mga bisig at paang inihahakbang. Masasabing sa una pa lamang pagkikita ay nakapaglaro nang mabuti si Kupido sa puso ng dalawa: ng nasaktang dalaga at ng siruhano.

"Walang anuman iyan," magiliw na bigkas ng manggagamot, samantalang nilalapatan ng lunas ang kanang binti ng dalaga, na hindi naman nalinsaran ng buto o naipitan ng ugat, di gaya ng binting kaliwa.

Ang mga mata ni Roberto ay nakatitig sa binting nilulunasan, ngunit narama niyang sumasal na bigla ang tibukin ng kanyang puso.

Kay ganda ng hugis at kay kinis ng binting ito! Iyan ang nasa sa loob ng binata. Walang anu-ano'y umaray ang dalaga.

"Bakit? Sumakit ba?" biglang sambit ng nagpapala, sa pagkabahala. "Reaccion" iyan ng pagkakapahid ng gamot. Nangangahulugang nagkakabisa ang lunas laban sa "infección"."

Napangiti na naman si Nydia sa narinig na pampalakas-loob na namutawi sa bibig ng manggaganot, na nagsabi pa ng: "Hayaan mo't tuturukan kita ng pang-alis ng kirot. Huwag kang mabahala. Kumain kang mabuti at uminom ng orange iuice. Kailangan mo ang magpahinga ng ilang araw pa, dahilan sa naipitan ng ugat ang kaliwa mong binti at ang mga pasa ng iyong mukha'y dapat na maalis agad at nang huwag magkaroon ng mantsa. Kung sakali'y lalo kang gaganda sa paningin ng mga nagsisiligaw sa iyo."

"Mapagbiro naman kayo, Doktor," nasabi na 1amang ng dalaga, na sandaling pinangulimliman ng mukha.

"Buweno, bukas na uli ng tanghali ako magbabalik, -- pamamaalam niya sa dalagang "paciente". Gaya ng

Percival Campoamor Cruz   Alberto Segismundo Cruz

nasabi ko na, kumaing mabuti, matulog nang maaga at uminom ng orange juice."

Mahigit na isang linggo si Nydia sa pagamutan. Nalungkot siya nang lumisan. Halos nangingilid ang luha sa mata sa pagbigkas ng pasasalamat kay Dr. Remy at sa ilang "nurses" na katulong.

Sinundo ang dalaga ng dalawang malapit na kamag-anak, kasama si Ka Isko na bagaman bulag ay waring isang dilat na nagnanais na makilala ang doktor upang makapagpasalamat.

"Wala kayong aalalahanin," sagot ni Dr. Remy, sabay tapik sa balikat ng matanda.

"Datapuwa't ibig ko po sanang makadalaw kayo sa bahay sa mga pagkakataong libre kayo sa gawain. Saka nais ko po sanang matulungan ninyo ako sa paminsan-minsang pagkati ng aking lalamunan, pag-uubo at pagkirot ng aking mga daliri."

"Marami pong salamat. Dadalaw po ako sa inyong tahanan sa bukid upang magamot ko kayo tuloy. Pagtulong po sa nangangailangan at paglunas ng maysakit ang aking misyon sa
buhay, kung magiging marapat sa kinauukulan ang aking kaunting kakayahan."

"Hihintayin namin kayo!" masayang pakli ni Nydia, bago tinitigan nang malagkit si Dr. Remy, na sinundan pa ng isang ngiting singganda ng unang pamumula ng Silangan sa pag-

Percival Campoamor Cruz   Alberto Segismundo Cruz

bubukang-liwayway.

Diyan na nabuksan ang isang bagong landas na tinungo ng binatang manggagamot – ang landas na laging humahangga sa bukid ni Ka Iskong Bulag. Gaya nang naipangako ni Dr, Remy, tinupad niya ang pagdalaw sa tahanan ng mag-ama sa bukid, ang paggamot kay Ka Isko at, higit sa lahat, ang pamimintuho kay Nydia, na sa hinahaba-haba ng panahon ay siyang unang babaeng nagpatibok nang masasal sa kanyang puso. Gaya rin naman ng dapat asahan sa takbo ng mga pangyayari at sa malimit na pagniniig na hindi naman ikinayayamot ni Ka Isko, ang dalawang alagad ni Kupido ay napailalim na ganap sa kapangyarihan ng Pag-ibig. Sa kamuraan ni Nydia at sa kasabikan naman ni Roberto na makalasap ng pulot-pukyutan ng pag-ibig ay naganap ang mga hindi inaasahang maganap sa kanilang buhay na ito.

Saksi ang mga nagyukong kawayan sa kanilang matimyas na pag-uusap, saksi pa rin ang tumana at ang mga halaman sa bakuran sa pagtatagpo ng dalawang kawal ni Kupido, lalo na kung araw ng Linggo. Ganuon din naman, saksi pa ring hindi makapangungusap ang maliit na barung-barong na tigilan ng isang kasama, na laging pinagpapahingahan ng dalawa, lalo na nga't nabibighani sa tanawin - sa hanay ng bundok at sa nagsisilipad na ibon sa himpapawid sa tapat ng palayan.

Ang gulayan sa tumana, ang ilang puno ng mangga, at ang nga bulaklak na sadyang alaga ni Nydia, saka ang buong paligid ng bukid hanggang sa ibayo, ay nakapagdudulot ng magandang alalahanin at doon nasasanghap ng dalawang magsing-ibig ang malaya 't

Percival Campoamor Cruz   Alberto Segismundo Cruz

wari'y mabangong hangin. At kung ginagabi si Roberto, sa anyaya rin ni Ka Isko, ang halimuyak ng "Dama de Noche" ay lalong nagpapasidhi ng damdamin ng magsing-ibig. Kaya sa kalagayang ito at sa hinaba-haba ng gayong pagtitinginan ay naganap ang hindi inaasahan na, sa dakong huli, ay nagpapaligalig din sa magsing-irog.

"Sinabi mong ikaw ay magtutungo sa New York at sa Rio de Janeiro," pagunita ni Nydia kay Roberto.

"Oo, Nydia," tugon ng binata, "sapagka't kailangan kong tumugon sa hinihingi ng 'scholarship' na natamo ko; at sa pagnanais pa rin na ako 'y makatulong sa Sangkatauhan, sa bisa ng paglilingkod sa Krus na Pula."

"Matagal tayong hindi magkikita kung gayon," madamdaming naipahayag ng dalaga.

"Inaasahan kong kakasihan ako ng Diyos at magiging madali ang panahon upang maihanda ko ang lahat sa ikaliligaya mo at sa pagkakaroon natin ng kasiyasiyang buhay sa iisang bubong, sa hinaharap."

"Pagtitiisan ko ang lahat!" payukong nasambit ng dalaga, samantalang pisil ng buong higpit ng binata ang kaliwang palad ng kasintahan. . .

Anopa't ang huling paksa ng pag-uusap ni Nydia at ni Roberto sa pangingibang-bayan ay naganap, sa pagsapit ng takdang araw. Gaya nang madarama, kung gaano kagilagilalas ang kanilang pagkikilala, kung gaano naging madamdamin ang kanilang pagniniig, at kung gaano katimyas ang kanilang pagmamahalan. . . ang paglisan ni

Percival Campoamor Cruz   Alberto Segismundo Cruz

Roberto ay isang tunay at ganap na dalamhati sa kanilang dalawa. At, lalo na kay Nydia, na mapag-iisa at mananalig na lamang sa mga huling pangungusap ng binata na pinaglagakan niya ng pag-ibig at kapurihan.

Nang mga unang araw ay lumuluha at naghihimutok ang dalaga. Nguni't ang pagdaramdam na ito na katimbang ng pangungulila sa minamahal ay napapawi kung tumatanggap siya ng liham. Datapuwa't sa hinaba-haba ng panahon at sa masuliranin at ma-hirap na gawain ng binata, ni Dr. Remy, ay hindi na siya nakapagsusulat kay Nydia. Sa iba't ibang pook ng Amerika at Brazil ay nakarating siya, sa atas ng tungkuling pinanumpaan. May balitang siya'y kasama rin ng pangkat ng mga manggagamot na nakarating sa isang panig ng Timog-Aprika na may salot at may pagtataggutom. May ilang nakapaghimatong na malapit ding maipadala ang pangkat ng manggagamot na kinabibilangan ni Dr. Remy sa Biyetnam at sa iba pang larangan na sinasalot ng digma, taggutom at epidemya.

Pagdaramdam, luha, himutok. . . Sa kabila nito ay ang pananalig na hindi sisira sa kapangakuan ang kanyang minamahal. Pinalalakas lamang ni Ka Isko ang loob ng kanyang anak hanggang isang araw ay ipinayo niya na, upang makalimot sa mga dalaw ng pighati, siya'y dapat na sumama sa paglalakad o paghahanap-buhay

Kaya si Nydia, sa palasak at walang tuos na pagpahalaga sa tunguhin ng tao, ay masasabing "taga-akay" ng Amang Bulag na isang pulubi. Sa paano't paano man, ang mahalaga kay Nydia ay ang mabigyan ng

Percival Campoamor Cruz   Alberto Segismundo Cruz

kasiyahan at kaligayahan ang ama, samantalang inaaliw ang sarili.

Dumating na ang panahon ng mga kulimlim na langit. Ang maiitim na panginorin at ang halumigmig sa kabughawan ay nagiging malamig na. Nagdaan ang Abril na may kasama nang ambon. At dumating ang huling linggo ng Mayo na may ulan nang tigatik at kasabay ng kulog at kidlat hanggang sa mamulaklak ang mga sampagita, kamya at rosal, na mga huling talulot ng unti-unti nang naghihingalong Tag-araw.

Marso pa lamang ay nagsasasama na ang katawan ni Nydia, nagsusuka, nahihilo. . . hanggang sa narama niya na may gumagalaw nang buhay sa kanyang sinapupunan.

Ipinagtapat ni Nydia ang katotohanan sa ama. Sumangguni si Ka Isko sa isang kapatid niyang babae, isang hilot na mapagkakatiwalaan. Niyari ang paraan upang makapanganak nang lihim si Nydia hanggeng sa maibalita sa lahat na may sanggol na iniwan ng kung sinong ina sa kanilang bahay sa bukid, samantalang sila'y naghahanap-buhay. Iyan ang nagyari. Naging ina si Nydia at upang matakpan ang malaking kahihiyan ay itinuring na "pulot" lamang ang sanggol at siya nga ang "nakapulot" at nag-ampon.

Sa mga araw na ito'y hindi pa rin nakasusulat si Roberto. Napaglalabanan na ni Nydia ang dalaw ng dalamhati sa kanyang puso dahilan sa inaalagaan niyang sanggol, na sa katotohanan, ay kapilas ng kanyang puso at buhay, ng kanyang buhay. Hanggang sa lumipas ang isa, dalawa, tatlo at kalahaing taon pa, walang anu-ano'y

Percival Campoamor Cruz   Alberto Segismundo Cruz

dumating ang hinihintay ni Nydia. Subali't anong hapdi Ang kablegrama'y nagsasabing darating siya sa lalong madaling panahon, subali't magbabalik din. Umagos na naman ang masaganang luha ng dalagang-ina. Datapuwa't ano ang kanyang magagawa?

Saka isang araw ng Sabado - hapon, noon. Dumating nga si Dr. Roberto Remy. Pagdating na pagdating ay ibinalita ang mga nangyari sa kanya, ang pagkakasakit sa pagkakahawa sa mga ginagamot saka ang iba pang pakikipagsapalaran sa larangan.

Ipinahayag naman ni Nydia, kaharap ang ama, kung gaano katagal at gaaano kalaking damdamin at hirap ng kalooban ang kanyang dinanas bilang kasintahang araw gabi'y naghihintay. Saka humagulhol ng iyak. . .

"Nydia, Ka Isko, patawarin ninyo ako, pakiusap ni Roberto. Nasa isip ko na kayo'y mapaligaya ko at madulutan ng bagong kabuhayan.

Hindi kumibo si Ka Isko. Umiling lamang. Nagdaramdam din siya.

"Dumating ka, makaraan ang ilang taon," ani Nydia, at, sang-ayon sa iyo'y aalis ka rin."

"May kontrata ako. Mawawalang lahat ng bisa ang aking mga pagsasakit."

Hindi kumibo si Nydia. Nakagat na lamang ang labi!

Percival Campoamor Cruz   Alberto Segismundo Cruz

At, walang anu-ano, may umiyak na bata sa silid. Tumindig si Nydia at sumaklolo agad sa bata.

"Nasira ang tulog," nasambit ni Ka Isko. Kaya, ipinaghele ni Nydia ang bata. Narinig ng dumating ang isang awit na nagpapahiwatig ng pagdaramdam.

"Sino po ang batang iyan?" may tinig ng pagdaramdam at pabiglang usisa ni Roberto.

"Isang ampon namin," buong tigas ng kaloob ang nasabi ni Nydia, saka humibik-hibik na parang bata.

"Pumasok ka sa silid at tignan mo," payo ni Nydia kay Roberto, na nagsisikip ang loob.

May ilang sandali ring nagmasid si Roberto sa musmos na sa duyan pa rin natutulog, bagaman nakalalakad na. Pumasok si Nydia sa silid. Inakay ang ama, saka malumanay na sinabi ang ganito kay Roberto: "Halikan mo siya, Roberto, na parang iyong anak, kung nais mo. Yamang aalis ka rin lamang, ituring mong ikaw ay kanyang ikalawang ninong."

Minasid muna nang buong pag-ibig ni Roberto si Nydia, bago hinagkan ang bata. Sumasal ang tibok ng kanyang puso. Saka sinabi ang ganito, makaraan ang ilang saglit: "Bago ako umalis, alang-alang sa inyong kalagayang ito na may ampon pang inaalagaan, iiwanan ko kayo ng sapat na gugulin, bukod pa sa kailangang halaga sa pagpapaayos ng inyong tahanang ito sa bukid, Ka Isko."

Percival Campoamor Cruz   Alberto Segismundo Cruz

"Huwag, Roberto," tangging matigas ni Ka Isko sa alok. "Nakararaos din kami sa awa ng Diyos.

"Huwag na, Roberto, tanggi pa rin ni Nydia. Kakailanganin mo rin iyan pagdating ng araw na matatagpuan mo ang isang karapatdapat na makakaisang-dibdib.

"Nydia Utang na loob..."

At tumalikod si Nydia, bago iniwan ang ama na siyang nag-ugoy sa duyan. . .

Nang dumating ang takdang araw ng paglisan, si Dr. Remy ay nagpaalam sa mag-ama.

"Nydia, patawarin mo sana ako sa aking mga pagkukulang. Pagbabalik kong muli sa Sariling Bayan, kailan man ay hindi na ako lilisan pa. Ka Isko, sana'y mepatawad din ninyo ako."

Saka minasid ang batang naglalaro sa isang panig ng pinaka-salas ng bahay. Lumapit si Roberto, binuhat ito at ang sabi: "Kahimanawari'y lumaki ka na laging nagmamahal sa umampon sa iyo, lalo na sa matatawag mong Inang."

Percival Campoamor Cruz   Alberto Segismundo Cruz

SILANGAN NG AKING PAG-IBIG
Alberto Segismundo Cruz
Liwayway, Hunyo 13, 1937

Percival Campoamor Cruz   Alberto Segismundo Cruz

Limampung taon na ang nalagas na dahon sa aklat ng aking buhay. . . at sa dahan-dahang paghakbang kong patungo sa libingan, wari bagang nasa likuran ko ang lumulubog na araw.Anong pait gunitain ang nakaraan sa panahon ng tumakas na kabataan na walang inilabi sa akin kundi ang ilang buhay na bantayog ng alaala, gaya ng lumang simbahan sa aming nayon.

Simbahan sa aming nayon! Diyan ako bininyagan ayon sa aking ina at sa patunay ng lumang aklat ng "piskal" sa simbahang iyan. Diyan din ako kinumpilan. . . at diyan din ako dumadalangin sa Dios, sa mula't mula pa. Nguni't higit sa lahat, diyan ko rin masasabing nagliwayway sa akin ang isang pag-ibig na siyang sanhi ng aking ipinagbubuntong-hininga, ngayon pa namang dapat kong mapayapa ang aking loob sanhi sa aking katandaan na at sa katayuan kong "inaakay na lamang ng aking mga apo na kahi't mga musmos pa ay may malaki namang paggiliw sa akin."

Paano'y hindi ko akalaing makaraan ang kay daming taon sa aking buhay ay saka ko nakitang hindi pa lumulubog ang araw ng aking pag-ibig. Naroon pa rin at nagliliwayway, katulad ng umaangat na araw sa Silangan: ang larawang iyon ng aking pag-ibig, ng aking kabataang nagbalik nang hindi inaasahan sa atas ng mapaghimalang Tadhana! Naroroon siya, sa dati ring pook, at sa dating kinaluluhurang "altar" ni San Antonio: hawak niya ang isang pumpon ng sariwang bulaklak at ilang kuwintas ng sampagita samantalang kinakausap ang kukutikutitap na ilaw ng mga kandila. . .

Percival Campoamor Cruz   Alberto Segismundo Cruz

Ilang araw na nang Linggo na nakikita ko siya sa panig na iyon, at gaya rin ng dati, matapos ang misa, ay nag-uukol naman siya ng mataos na panalangin kay San Antonio. Nang una ay ipinalagay kong siya ay kamukha lamang ni Diana, ni Diana Campo-amor na kundi sa atas ng mapagbirong Kapalaran ay siya sanang naging kaisang-dibdib ko, matapos ang panahon ng aming pag-aaral sa Unibersidad. Nguni't hindi, hindi ako namamali, at sa katunayan, ay masasal na lagi ang tibok ng aking puso sa tuwing ako ay tatayo sa dako ng benditahan sa gawing pintuan na natatanaw siya sa kanyang boong anyo.

"Siya nga!" tila sigaw ng aking budhi. -- Siya at wala nang iba pa.

Nguni't ang panahon ay hindi mandin naging makapangyarihan upang magpabago sa kanyang kagandahan. Natatanaw ko ang kanyang mga matang pinangingiliran pa ng luha sa pagkakaluhod sa altar; ang puti ng kanyang mga daliring anaki ay hinubog sa magagandang tangkay ng lirio; at nasaksihan ko pa rin sa kanyang anyo, kahi't nakaluhod, ang isang larawang katugon ng awit at tula ng buhay!

"Si Diana iyon!" ang sa di kawasa ay namulas sa aking labi, matapos na siya ay mapagmasdan ko isang araw ng linggo ng Hunio, makaraan ang misa.

"Marahil ay kindi na niya ako makikilala." naibulong kong anaki ay kausap ang aking sarili.

Kaya't pinansin tuloy ako ng aking apong may kalikutan at ang sabi: "Lolo, kinakausap ba ninyo ako?"

Percival Campoamor Cruz   Alberto Segismundo Cruz

"Hindi, anak ko!" ang aking tugon. At, hindi naman siya kumibo nang marinig niya ang aking pakli.

Nakapagtataka si Diana Campo-amor. Nakatakas na rin sa kandungan ang limangpung kalapati ng kabataan, nguni't hindi pa rin siya nagbabago ng anyo. Walang mapapansin sa kanya kundi ang bahagyang pamamarak ng kanyang mga pisngi, bagama't tila naroon pa rin ang bahagyang pula ng klabel; ang mangisa-ngisang pilak sa kanyang mapulang buhok na hindi naman gaanong napaghahalata sapagka't nakapusod din nang gaya nang dati na nasa kanyang kasariwaan pa siya; at saka ang namayat niyang pulso na kinasasabitan ng kanyang "rosario" na sa tuwina ay tinitipa ng kanyang mga daliri. Pati ang kanyang "rosariong" ito na may pilak na krus sa dulo ay waring siyang ginagamit niya noong siya at ako ay magkasintahan pa; noong kami ay magkasamang tumutungo as simbahan ding yaon at kapuwa nananalangin upang "laging magkasalo sa ligaya at magkahati sa kalungkutan".

Paanong hindi magkakaganito ang pangyayari ay sa itinuturing kong ako ang may-sala ng lahat bagama't may palagay akong sadyang nagkait sa amin ang magandang kapalaran, Noon ay may tatlong-pung taong gulang ako. Nasa karurukan ang aming pag-iibigan, at lahat halos, mga magulang, at kamag-anakan at kaibigan namin ay para-parang nagsisiasa na, na kami ang sa wakas ay pagbubuhulin sa harap ng dambana ng Pag-ibig! Nguni't, aywan ko ba kung bakit kapagdakang ako ay matapos sa kolehio, ay dumating na sa aking buhay ang sunod-sunod na kabiguan.

Percival Campoamor Cruz   Alberto Segismundo Cruz

Bukod sa hindi ako nakasulit sa pangwakas na pegsusulit upang magkaroon ng katibayan sa aking propesion ay sinama pa ako sa pangangalakal. Nguni't hindi isa lamang kung dumating ang "talaga ng Dios". Hindi naglaon at ang aming tahanan ay natupok, kasunod halos ng sapilitang pagbibili sa ilang nalalabing ari-arian na naiwan sa akin ng aking ama.

Ano ang aking gagawin sa harap ng mga pangyayaring ito? Hindi ko kaya dapat isipin na si Diana ay "hindi dapat na mapahawa sa aking karalitaan"? Kung siya ay minamahal ko, gaya nang kanya namang nalalaman, ay nararapat na huwag ko na muna siyang idulog sa dambana, sapagka't nababatid ko noon pa lamang na, "salapi ang simula at wakas ng lahat ng kaligayahan sa buhay".

Taglay ang malaking pagdaramdam, isang dapit-hagon ng Hunio rin, ay minarapat ko ang makipagkita sa kanya, buhat sa kanyang pinagtuturuang paaralan. Sinabi ko sa kanya ang mga kabiguan ko sa buhay; ipinagtapat ang aking abang katayuan, na walang kaya upang magtayo ng tahanan; binanggit ko pa rin sa kanya ang pangyayari, na "hindi ko nais na mahawa siya sa aking karalitaan at kasaliwaang-palad".

"Ano ang ibig mong sabihin, Hector?" tanong niyang kasabay ng pangingilid ng luha sa mga mata.

"Wala aking giliw," sabi kong boong lungkot, "kundi nais ko lamang na ipabatid sa iyo na ako ay maghahanda-handa muna. Marahil, ay sa ilang taon na."

Percival Campoamor Cruz   Alberto Segismundo Cruz

"Ikaw ang bahala!" at pinisil ang aking kamay at saka tumalikod na sa akin. Nang ako ay magpaalam sa kanyang ina, napansin kong malungkot din ito at nasa hagdanan na ako, ay wari bagang narinig kong nananambitan ang aking mahal na si Diana.

Ang pangyayari ay nag-atas sa akin upang makipagsapalaran sa iba't ibang dako ng Kapuluan. Nais kong mabawi ang nawala sa aking pamilia; ibig kong mas tatatag ang aming kabuhayan. Mithiin kong maging maligaya ako at sampu ng aking makakaisang-palad na si Diana, sa hinaharap.

Nguni't, atas ng mapagbirong Tadhana, sa isa sa mga bayan sa Kabisayaan, samantalang ako ay abala sa negosio, ay makilala ko ang isang marilag na dalaga nanag-aral dito sa Maynila. Mabuti siyang tumugtog ng piano at nakaaawit ng ilang piling opera. Palibhasa'y isa rin akong alagad ng sining, kaya't ang aking kaluluwa ay pumailanlang ding kasama ng kanyang mga nota sa himpapawid. Gaya ng isang halaghag, ako ay nagpakalasing sa ligaya at sa alak ng buhay, at nang magkaliwanagan, ako pala ay kasal na sa babaing bagama't may katangian at kakaunting kabuhayan ay hindi ko man lamang sinimpang maging kaisang-dibdib o makakasalo sa pinggan ng kabuhayan.

Ang pakikipag-isang-dibdib ko sa Timog ay nagbukas ng bagong kabanata sa aking buhay. Nahaling ako sa pangangalakal hanggang sa ako ay magkaroon ng ilang establisimiento roon at dito man sa Maynila. Lahat ay nalimutan ko na: ang aking kabataan, ang aking pag-aaral at ang aking pangako kay Diana.

Percival Campoamor Cruz   Alberto Segismundo Cruz

Mabait ang aking nakaisang-dibdib, at sa aming pagsasama ang hardin ng aming pag-ibig ay namunga at nagkabulaklak. Ito ang nagtataglay ng aking pangalan din. Gaya nang aking nais, ang aking anak na lalaking ito ay pinagsumakitan kong makapagtapos, itinuro sa kanya ang magpakabait at magpakabuti sa pag aaral, at ipinangako ko na kung siya ay makatatapos, ako ang bahala kung nais man niya ang humanap na ng makakaisang-palad.

Ito nga ang nangyari. Natapos si Hector sa kanyang karera. Isa na siyang manananggol ngayon at mangangalakal pa, na kaugnay ng aking pangalan sa aming negosio. Isa rin siyang politiko at sa katotohanan ay minsan na siyang nanagumpay sa larangan at naging kinatawan sa aming lalawigan, bagay na ikinatagpo niya tuloy sa kanyang kaisang-dibdib ngayon, na noong kapanahunang yaon ay siyang pinakamarilag na dalaga sa kanilang nayon. Ang apo kong binabanggit na siyang aliw at patnubay ng aking katandaan ay panganay na bunso ng aking si Hector. Sa pagmamahal ko sa aking mga apo na malimit na magliwaliw sa nayon ng kanilang ama at ina at naging sanhi tuloy ng pagpapatayo na namin ng isang magandang "chalet" sa isang matayog na pook ng nayong ito, na siya ko ring tinubuang nayon.

At, ngayon, samantalang nagsisinaya ako sa mga huling araw ng aking katandaan, sapagka't ang aming kalakal ay pinabayaan ko nang pangasiwaan ng aking anak na lalaki, ay saka ngayon ako laging tinitigatig ng mga gunitain, ng mga alaala ng aking kabataan, ng mga pangyayari sa aking "kahapon" na kaugnay ng aking kapangakuan kay Diana.

Percival Campoamor Cruz   Alberto Segismundo Cruz

Paano'y narito rin siyang namumuhay sa nayong itong Pinyahan. Narito rin siya, si Diana Campo-amor, na gaya noong panahon ng aming kabataan, ay waring naghihintay pa rin, bagama't ang paghihintay niya ngayon ay iniuukol na lamang niya sa isang panata: sa pagdalangin sa Dios at sa pagtuturo sa mga bata. Sapagka't si Diana ay isang guro. Guro noon, may dalawang pung taon na ang nakaraan at guro pa rin ngayon, na ayaw namang palipat sa ibang purok, kahi't hinihirang' na isang superbisora sa isang karatig na lalawigan.

Paano'y nagkaroon ng mision sa buhay si Diana. Ibig niyang siya ang maging ilaw ng diwa at patnubay sa landas ng kabataang kanayon niya at kalalawigan. Kaya't naging binata at dalaga man ang mga ito, ngayong siya ay may kagulangan na rin, labat halos ay tumatawag sa kanya ng matimyas na taguring "Miss Campo-Amor, our dear teacher".

Kung makailan nang pagkakataon na ninais ko na siya ay makausap at makumusta man lamang, makaraan ang lahat ngmga nangyari at namagitang bala-balaking bagay sa aming buhay, ngun't ako na rin ang mandin ay nawawalan ng lakas, sapagka't para bagang isa akong salering napapaharap sa isang pinagkasalahan nang malubha.

Nguni't mapaghimala ang pagkakataon. Isang araw, buhat sa paaralan, ay umuwi ang aking apong si Hector (kapangalan ng kanyang ama) at sinabing lumuluha na siya ay pinauwi diumano ng kanilang guro, sapagka't bumaltak sa tirintas ng isang batang babaing nasa unahan niya ang upuan, samantalang nangangaral naman ang guro hinggil

Percival Campoamor Cruz   Alberto Segismundo Cruz

sa mabuting pag-uugali ng mga bata sa loob at labas ng paaralan.

"Ibig po, lolo, na makausap kahi't sino, ang tatay, ang nanay o kayo upang maipaliwanag ang kanyang ginawa sa pagpapauwi sa akin sa bahay."

"Ang iyong maestra ang nagsabi niyan?" tanong kong boong pamamangha, kasabay ng masasal na tibok ng aking puso," Ah! Pabayaan mo na ang nanay mo ang makipag-usap."

Nguni't narinig ng aking manugang ang aming salitaan at kapagdaka'y sinabi ang ganito:

"Kayo na nga, tatay, ang makipagkita sa kanyang guro sa simbahan, bukas ng umaga, magsisimba din lamang kayo. Kailangan po akong tumungo sa kabayanan at may ipinabibiling mga kailangan sa bahay si Hector."

"Ah! ang nasambit ko na lamang, at napatango ang aking ulo."

Paano'y nagunita ko nga palang Biernes nang magkasala ang apo kong si Hector sa kanyang "teacher" at kaya pala sinabi ng guro sa aking apo na masumpungan niya ang sino man sa amin sa pagsisimba sa araw ng Linggo, gaya nang napagkaugalian na ng nasabing guro kung nakikipanayam sa ilang magulang ng mga bata matapos ang "misa rezada".

Sa di kawasa ay dumating ang isang malamlam na raw ng Linggo. Akay din ako ng aking pilyong si Hector, na

Percival Campoamor Cruz   Alberto Segismundo Cruz

nasa loob, pa lamang kami ng simbahan samanalang nagmimisa ay nagyayaya na, palibhasa'y natatanaw ang kanyang guro, sanhi sa inaasahan niyang maaaring ibunga ng sasabihin nito sa akin at ikagagalit naman ng kanyang ama.

"Papaluin kitang lalo," sabi ko sa aking apo. "Dapat kong marinig ang sasabihin ng iyong guro."

Sapagka't noon ay patuloy ang misa, at kaya lamang ako nakapagsalita ay sanhi sa inuugali ng aking apo na mandin ay inip na inip na sa loob ng simbahan, ang aking pansin ay hindi natitigatig sa pagmamalas sa dambans ng Birhen at sa mukha ni Diana, na anaki kawangis ng dinadalanginang panata ng taga Pinyahan.

Nasa dati ring panig ng simbahan si Diana, nguni't sa pagkakataong yaon ay hindi nakaharap kay San Antonio, sapagka't may misa sa pinaka-pangunahing dambana. Matay ko mang pakasuriin ang kanyang kilos noon ay hindi ko maubos-maisip kung ano at siya ay lipos ng kalungkutan. Ang kanyang kasuutang "San Antonio" na kung ilang taong ginagamit niya'y lalong nakapagbibigay ng salagimsim sa kalungkutang mapaghahalata sa kanyang mga mata at sa galaw ng kanyang katawan at ulong natatalukbungan ng isang "tul" na kulay-kayumanggi, nguni't may mga guhit na pilak ang mga gilid at may sabog na maliliit na bituing pinilakan din at waring kikisap-kisap sa sinag ng liwanag na mapupuna sa dako kong kinaluluhuran.

Sa wakas ay natapos ang misa. Naglabasan ang mga tao: at mangilan-ngilan na lamang ang nalabi sa simbahan. Nguni't, noon, ay nakaharap naman si Diana sa

Percival Campoamor Cruz   Alberto Segismundo Cruz

dambana ni San Antonio, gaya nang dati, may pumpon ng mga sariwang bulaklak at may ilang kuwintas ng sampagita na sa tuwing araw ng Linggo ay iniiwan niya sa paanan ng kanyang pinapanata.

Sapagka't wala na rin lamang misa noon, ipinayo ko sa aking apo na lumapit na siya sa kanyang "maestra" at ako ang bahala. Ibinulong ko pa rin sa kanya nang siya ay hahakbang na ang ganito:
"Sabihin mo na ang iyong lolo ang kasama mo at handang duminig ng kanyang sasabihin."

Nang matapos ang aking sinabi, ang apo ko ay marahang lumapit sa dako ng kinaluluhuran ng kanyang guro, na nang matanaw nito, ay nag-kurus na agad, palibhasa'y natapos na rin lamang ang kanyang "gawain sa pagka-banal" sa araw na iyon.

"Hector!" ang malambing at mataginting na tinig na namutawi sa bibig ni Diana.

"Saan naroon ang iyong tatay?" tanong na idinugtong agad.

"Hindi po ang tatay ang aking kasama, ang akin pong lolo!" narinig kong sinabi ng aking apo.

"Saan naroon?" tanong na waring nananabik na ako ay makita.

"Hayun po!"

Percival Campoamor Cruz   Alberto Segismundo Cruz

Ako ay lumapit - lumapit na waring ako ay isang tunay na salaring haharap sa hukom na magpapasiya sa aking pananagutan!!

Sa katotohanan, noon, kahi't may ilang metro lamang ang aguwat buhat sa pinagbuhatan ko upang makalapit sa gurong si Diana, ay para bagang kay haba na ng landas na aking binagtas. . . waring humakbang ako sa burol-burol na daan, sa liku-likong lansangan, sa kabatuhan at sa matarik na mga gaygayin. . .

Nakita ko noon si Diana - hindi si Diana na isang matandang dalagang taglay pa rin ang bakas na kagandahan at bahagyang kasariwaan - kung di si Diana na isang tunay na Ina ng Awa ng Dios!

"Ikaw?" ang narinig kong tanong ni Diana, "Kumusta ka! Nakikita kita, nguni't akala ko kamukha mo lamang ang nakikita ko?"

"Diana," ang narinig kong naibigkas ng aking labi. Patwarin mo ang aking apo at patawarin mo rin ako"

Walang anu-ano'y naramdaman kong may pumisil sa aking kamay. Nadarama ko ang mg kamay ni Diana, sapagka't magaganda ang mga daliri at tila malasutla ang palad. At saka narinig ko, pagkatapos, ang wikang: "Kung ang Dios ay nakapagpatawad, ako pa kaya na isang kinapal lamang ang hindi makapagpatawad??"

Nang marinig ko ang mga pagungusap na iyon ay para akong biglang nanghina, nanglumo ang aking puso at

Percival Campoamor Cruz   Alberto Segismundo Cruz

umikot ang aking pangitain. Pagkatapos niyan, ay ganap na karimlan na ang tumakip sa aking mukha. . .

Kinabukasan, nang ako ay magkamalay-tao ay nasa pagamutang-lalawigan pa ako: naliligid ng aking anak na si Hector, ng aking apong si Hector at ng iba ko pang maliliit na apo at saka ng aking manugang. Nguni't sa ulunan ko ay naroon ang gurong si Diana, na natingala kong pinangingiliran ng luha.

"Ano ang nangyari sa akin?"

"Nahilo kayo at nawalan ng malay-tao sa simbahan kahapon!"

Minasid ko uli si Diana at noon ay nakita kong nakangiti samantalang tinatapik ang ulo ng aking apong si Hector. Nakangiti noon si Diana, ang larawan ng babaing naghihintay   pa rin wari sa pagtupad ng aking kapangakuan.

PAALAM, PAG-IBIG!
Alberto Segismundo Cruz
Liwayway, Pebrero 11, 1938

Si Nelda, nang dapit-hapong yaon, ay kaharap ng kanyang mga bulaklak. Nag-iisa siyang nakalikmo sa isang bangkong yari sa semento sa kanyang hardin at ang mga mata niya ay nakatitig sa nagtaas at nakangiti waring mga rosal, "conde de Paris", "escarlata" at "marigold". Nasa isip niya noon ang ganito:

"Hindi malalaon at maiiwan ko na kayo, mahal kong mga bulaklak. Iilang araw na lamang at, marahil, ay iba nang kamay ang didilig at magpapala sa inyo. Iba nang labi ang hahalik sa inyong mga talulot. Iba nang palad ang madarama ninyong dadampulay sa inyong kulay. Kahabaghabag kong mga bulaklak! Mangungulila sa dati kong paglingap!"

Paano'y nailathala na nga ng mga pahayagan sa Maynila ang nalalapit na pag-iisang-dibdib ni Nelda Naomi Reynaldo kay Meliton Dadivas, ang kilalang komersiante sa siudad. Kaya't lahat nang nasa isip ni Nelda ay Panay na mga bagay na may kinalaman sa kanyang nalalapit na pakikipag-isang dibdib, gaya ng kasuutang pangkasal, bulaklak na hihirangin, "azahar", mga hiyas, pabango at iba't iba pa.

Samantala. . . sa isang durungawan sa isang silid ng tahanang yaon sa labas ng maalikabok at maingay na Maynila ay matamang nakasilip naman sa siwang ng isang hinawing lungtiang kurtina si Flordelis, ang kapatid na bunso ni Nelda. May nasa isip din si Flordelis:

"Ikakasal na ang aking ate kay Meliton. Masasarili ko ang pagkakataon kay Eduardo, si Eduardong tunay na iniibig niya, nguni't iniibig ko rin! Datapuwa't aba at walang palad si Nelda! Nais ng tatay si Meliton, sapagka't mayaman at 'makapangyarihan' sa pamilihan ng mga aksion ng ginto. Ibig ng nanay si Meliton, sapagka't nakapagbibigay ng lalong maraming regalo. Mabuting 'sumayaw' si Meliton sa matatanda. Magaling na umindak upang siya ay kagiliwan ng mga sumasamba sa salapi. Si Eduardo ay walang-wala. Isang 'pasante' lamang sa isang bupete. Kumikita lamang ng P150 isang buwan at wala pang pagkakataong makaharap sa kanyang sariling usapin. Iyan nga ba namang halagang iyan ay makasasapat kay Nelda na maibigin sa magagarang kotse, sa mga opera, sa mga damit na makabago, sa mga sapatos na Florisheim, sa mga pagliliwaliw? Dios ko! Nguni't si Nelda ay nagdaramdam; paano'y may pagtingin siya kay Eduardo. Kahabaghabag na dalaga, kahabaghabag kong ate. Kawawang Eduardo! Nguni't. . ."

. . . At napangiti si Flordelis.

Sa sandali namang ito ay balingan natin si Meliton Dadivas sa kanyang tanggapan. Nag-iisa siya, noon, at kapag-uutos pa lamang sa kanyang tanod sa tanggapan na "walang makapapasok, kahi't sino sapagka't siya ay abala". Maingay noon ang Crystal Arcade. Nguni't hindl na umaabot ang ingay na itosa itaas, sapagka't nakapinid ang pinto ng tanggapan ni Meliton.

Para siyang baliw noon na sumasalamin sa isang larawan ni Nelda sa isang tanging kuadro. Nakapako ang kanyang tingin dtto na anaki ay isang nasisiraan ng bait at may iniuusal. Nguni't basahin natin ang nasa kanyang mga guniguni:

Percival Campoamor Cruz   Alberto Segismundo Cruz

"Nelda, napakabata mo. Sariwang-sariwa kang bulaklak na sa mga palad ko ay makakatas. Lubha kang masungit sa akin. Lagi kang mapag-ilag. Kahi't sa sayawan ay ayaw mong sumayaw sa akin nang 'valse', gayong nalalaman mong nananablk akong makipagaayaw sa iyo sa himig ng tugtuging 'humahalakhak ang kalungkutan sa kaligayahan'. Nguni't Nelda, hindi mo nababatid? Ang lahat ay makakamtan ng salapi. Pag-ibig, ligaya, kapangyarihan – ang lahat nang iyan ay mahahagdan sa bisa ng ginto. Nelda! Hindi malalaon at magiging sarili na rin kita. Matututuhan mo rin ang umibig sa akin; ang magmahal, sapagka't hindi ba ako baliw sa pag-ibig, sa pagmamahal at pamimintuho sa iyo?"

Pagkatapos sy pinupog ng halik ni Meliton ang larawan ni Nelda na kinakausap niya sa kanyang kahibangan. Nguni't tumunog ang telepono sa kanyang hapag:

"Helloooo!" kapagdaka ay nasabi ni Meliton.

"Si Eduardo ito. Bumabati ako sa iyo, Meliton."

"Salamat, Eduardo. Talaga kang maginoo."

"Nguni't may kahilingan ako, kung maaari."

"Bakit hindi? Turan mo."

"Sa iyong kasal o sa pagharap ninyo sa dambana ni Nelda ay alalahanin mo lamang 'ako'."

"Ano ang ibig mong sabihin?"

Percival Campoamor Cruz   Alberto Segismundo Cruz

"Walang ano man. Nasabi ko na sa iyo."

"Ano?"

"Uulitin ko pa: Alalahanin mo 'ako'."

"Bakit hindi gayon: isa ka rin sa aking pinaanyayahan."

Pagkatapos ay tumunog naman ang telepono sa tahanan nina Nelda. Hinawakan agad nito ang "auditivo", sapagka't inaasahan niyang maaaring yaon ay si Eduardo na hinihintay niyang bumati sa kanya upang pagpaalaman naman niya, nang parang walang ano mang dahilan o hinanakit na namamagitan sa kanila.

"Si Eduardo nga!" ang kutob ni Nelda, nang marinig ang tinig ng binata sa telepono.

"Eduardo! Hindi ka 'sport'. Bakit hindi ka man lamang tumawag sa akin.

"Nahihiya akong abalahin kita, sapagka't naghahanda ka ng maraming bagay sa iyong nalalapit na pakikipag-isang-palad."

"Napakahina ng loob mo! Marami riyang lalong maganda at, marahil, ay mayaman pa. Bakit mo ipagdaramdam, kung sakali, ang ganitong nangyari sa atin."

"Hindi ako nagdaramdam. Nanghihinayang lamang. Nguni't bago ko malimot, ako'y bumabati sa iyo!"

Percival Campoamor Cruz   Alberto Segismundo Cruz

"Salamat, tanggapin mo ang aking halik."

"Salamat at nadama ko rin ang iyong labi, kahi't sa telepono."

"Pilyo!"

"Inuulit ko; bumabati ako sa iyo at nawa ay lumigaya ka, habang buhay. Oo, habang buhay!"

At, napatigil ang kanilang pag-uusap. . .bagama't ibig pang makipagpanayam ni Nelda. . .

Sa di kawasa ay dumating din ang pinananabikang araw at pagkakataon: ang kasal ni Nelda at ni Meliton na pumuno sa pitak ng lipunan ng mga pahayagan sa siudad.

Isang dilag ng lipunan at isang maginoo sa larangan ng pangangalakal sa Maynila at mga lalawigan, silang dalawa na lamang ang paksa ng pag-uusap ng lahat sa mataas at mababang lipunan man.

"Walang katulad na pag-iisang-dibdib!" pahayag nang boong paghanga ng isang ginang sa kapuwa ginang na nakatagpo sa isang tindahan ng mga damit sa Eskolta nang bisperas ng kasal.

At, ang mga pangungusap na ito, sa simbahan ng isang mataong purok na nahirang ng babai, bagama't nais ng lalaki na idaos ang kanilang pag-iisang-dibdib sa simbahan ng Lourdes sa San Marcelino, ay naulit nang kung makailan, kinabukasan, na siyang dakilang araw ng pagharap sa dambana ng dalawang kawal ni Kupido.

Percival Campoamor Cruz   Alberto Segismundo Cruz

Gaya ng isang tanawing pangkaraniwan sa ganitong pagkakataon, ang landas ng dalawang kawal ni Kupido ay nasabugan ng mga bulaklak. Matunog, noon, ang mga batingaw na waring nagbabalita ng kahilihiling pagkakataon. Maliwanag ang "araña" at lalong maringalat nagnininingning ang dambana! Pati mga kalapati sa simborio ay nangabulabog upang magsidako sa ibang panig na kanilang kinaroroonan. Sandali na lamang ang hinihintay at darating na ang dalawa, sakay ng isang makisig na kotse na sadyang binili ng "novio" upang magamit sa pagkakataon.

. . . At narito na nga! Ang pamanghang pahayag na rin ng nagkakatipong mga tao sa patio ng simbahan ang nagbalita at naghudyat sa pagkakataon. Lalong tumunog nang maingay ang mga batingaw. Lalong napasabog sa himpapawid ang pabango ng "orquideas", lalong nagningning wari ang "altar" na tumutugon sa luningningng maliliit na dagitab ng nangagsabit na "araña".

Nabuksan ang kotse: ang sasakyang makabago at tumutugon sa kahulihulihang sining sa pagyari ng mabibilis na sasakyang ganito ang uri. At, noon pa lamang, ay narinig na ang tingig ng orkeskesta na wari ay panalubong sa pag-iisang-palad.

Nguni't sa pagkakatipong iyon ng mga tao, ay may biglang dumating: dalawang lalaking may matitipunong pangangatawan at sa malas, ay may malaking balita sa "novio", sapagka't ibig agad na makalapit sa nabuksang kotse.

"Kayo ba si Meliton. . . ?" at hindi na nakapagpatuloy ang nagtanong, sapagka't. . .

Percival Campoamor Cruz   Alberto Segismundo Cruz

"Ako nga! Ano ang kailangap ninyo?" ang nasambit ng lalaki.

"Mayroon po kayong isang sulat dito."

Nguni't nang basahin ni Meliton ang sinasabing sulat na iyon ay nabatid niyang isang "mandamiento de arresto pala!

Noon ay ibig nang tumakas ng maginoo. Nais na niyang noon din ay magkaroon ng pakpak at nang makalipad. Nguni"t gipit na gipit siya; gayon man, sapagka't matalino at lubhang sanay na siya sa mga gipit na pangyayari, ay nakapagsabi pa rin siya nang ganito, kasaliw ang isang ngiting makabuluhan.

Matapos ang kasal, mga ginoo; kayo ay inaanyayahan ko muna kapuwa na mag-agahan sa dakilang pagkakataong ito. Inaasahan ko na kayo ay aking mga tapat na kaibigan -- mga maginoo.

At, sa isang hudyat ni Meliton aylumakad din ang pangkat niya, patuloy sa dambana, samantalang si Nelda na kapiling na niya sa kasuutang payak na satin at napapalamutihan ng mga "orquideas", bukod pa sa pumpong "orquideas" din na hawak nito, ay nagtanong:

"Sila ay mga tao ko sa tanggapan. May malaking negosio na kailangang harapin kapagdaka.

Naging sukat ang mga pangungusap na ito, upang maalis na ang pamumutla ni Nelda at gayon din ang pagkaba ng kanyang dibdib.

Percival Campoamor Cruz   Alberto Segismundo Cruz

Matuling nangyari ang lahat ng hakbangin sa pag-isang-dibdib, at sa ilang iglap pa, ay "magkasi" na si Nelda at si Meliton.

Gaya nang inaasahan ni Meliton, kapagdakang makapag-agahan at maiutos niya ang lahat sa kanyang mga utusan at mailagda ang halik ng tagubilin kay Nelda na "bahala na ito upang maipagpatuloy ang piging at sayawan", ang maginoo ng negosio na kilala na natin ay lumisang kasama ng dalawang lalaki, na dili iba kundi mga tiktik ng pamahalaan.

Pinapananagot si Meliton sa isang katiwalian sa pagbibili ng mga aksion! Isang maselang na paglabag sa batas sa pagbibili ng mga aksion at kaugnay pa ng isang pananagot sa sinasabing pagsasamantala sa marami, na nangangahulugan ng halos ay kalahating-angaw na piso.

Ang mga unang halkbang sa paglalagak, sa pamamagitan ng ilang kaibigan ng kilala nating maginoo sa negosio ay naisagawa, nguni't hindi naiwasan sa kinabukasan ang mapait na katotohanan: ang balita sa mgapahayagan!

Nang mabatid ni Nelda ang bagay na ito ay halos nawalan ng ulirat ang butihing babaing "umaasa sa paghiga sa banig ng ginto at mga bulaklak". Nguni't may magaling na dila ang kanyang kabiyak ng dibdib.

"Walang ano man iyan, Nelda. Pangkaraniwan iyan sa negosio! Gawa iyan ng aking mga kaaway."

Talikdan natin ang pangitaing ito.

Percival Campoamor Cruz   Alberto Segismundo Cruz

Si Eduardo na nakababatid sa lahat ng pangyayari, ay nag-iisip nang malalim:

"Alang-alang kay Nelda ay kailangan kong tulungan si Meliton!" Aniya.

Tumawag agad si Eduardo kay Meliton. Nagkausap sila sa telepono, at sa di kawasa, ay natiyak ni Meliton ang pagnanais ng kanyang dating kabasangal na makatulong nang walang ano mang aalalahanin.

"Dumating ang pagkakataon, Meliton, upang ipakilala ko sa iyo na ako ay maginoo. Kailangang mapaligaya mo si Nelda, at ako, na naghahangad din ng kanyang kaligayahan ay hindi maaaring maupo na lamang sa isang tabi at masdan ang mga pangyayari."

"Salamat sa iyo, Meliton. Inaasahan kong maisisiwalat ko sa iyo ang boong pangyayari sa aking tanggapan, at pagkatapos, ay mapag-aralan mo ang usapin, sapagka't hindi ko na gagamitin pa ang aking abogado sa pagkakataong ito upang maipakilala ko sa iyo na ganap ang aking pagtitiwala.

Lalong naging mabilis ang mga pangyayari, makaraan ang panayam na ito nina Meliton at Eduardo. Nawatasan ng binatang mangangalakal sa mga aksion ang matapat na pagnanais ng dati niyang kabasangal na makatulong ngayong nasa gipit na kahiyahiya siyang katayuan.

Nagpasiya nga si Eduardo na pag-aralang mabuti ang usapin; katasin ang mga tadhana ng batas sa kanyang

Percival Campoamor Cruz   Alberto Segismundo Cruz

isip hanggang sa mabalangkas ang isang matibay na saligan sa pagtatanggol. Kailan man, ay hindi nagpakitang gayong katiyagaan si Eduardo, nguni't nababatid niya na narito ang pagkakataon upang maipakilala ng isang maginoo at ng isang matapat sa pag-ibig -- nawalan man ng saysay ang pag-ibig na ito -- ang kadakilaa ng kaluluwa ng isang tao.

Alang-alang kay Nelda! -- iyan ang laging sumusurot sa isip ni Eduardo. Kaya't nang dumating na ang araw ng paglilitis, napamangha ang lahat sa ipinakilalang kakayahan ni Eduardo sa pagtatanggol ng usaping maselang na gaya ng usapin ni Meliton Dadivas. Nangyaring mawasak niya ang matitibay na katibayan ng pag-uusig laban sa mangangalakal hanggang sa maipakilala na ang ginawa nito ay maaaring gawin ng sino mang mangangalakal o komersiante na nasa isang kagipitan.

Kahihiyan, pagkapalungi at pagbagsak sa larangan ng negosio ang naiwasan sa mabisang pagtulong na ginawa ni Eduardo hanggang sa ang mga pahayagan na rin ang nakapagbigay ng "katarungan" sa kapakanan ni Eduardo.

Hindi matingkalang kasiyahan at kaluguran ang naghari sa puso ni Nelda sa naging mainam na wakas ug usapin. Naligtas ang kanilang mabuting pangalan sa isang tiyak na kasawian, at ang nagligtas ay walang iba kundi ang kanyang "hinamak" sa pag-ibig.

Nagpasalamat at naghandog ng malaking halaga ang magkasi kay Eduardo, nguni't ito ay tumugon:

Percival Campoamor Cruz   Alberto Segismundo Cruz

Naganting-palaan na ako ng inyong kasiyaban at pagkilala sa aking pagka-maginoo. Iyan ay sapat na; hindi maaaring matumbasan ng lahat ng lahat ng ginto sa daigdig.

At, lumisan si Eduardo.

Hindi naglipat linggo at isa na sa mga pasahero ng isang bapor "President" si Eduardo, patungo sa napabalitang paglilibot sa Estados Unidos. Nakipaghatid sa pier ang magkasi ni Meliton at gayon din si Flordelis na sa boong panggigilalas ni Nelda ay natagpuan niyang lumuluha, nguni't nakangiti na iniwawasiwas na sa ang isang puting panyolito.

Malungkot ang mukha ni Meliton, nguni't lalong malungkot si Nelda at pinangingiliran na ng luha; subali't si Flordelis ay halos nananambitan. . .

At, si Eduardo buhat sa palababahang hadlang sa kubierta ay nakita nilang nagwawasi was ng sambililo, na ibinubulong ang ganito, samantalang sumisipol na ang sirena ng nasabing "prinsipe" ng Pasipiko.

"Napilitan si Nelda sa pakikipag-isang-dibdib kay Meliton. Nguni't ang pag-ibig ay gaya ng isang binhi na kailangan lamang ang pagpapala. Kung madidilig ng pagmamahal at mababakuran ng pagsuyo, aling kapuwa pag-ibig ang hindi uunlad?

"Nguni't... sa aba ng aking Pag-ibig!

"Paalam. . . paalam, Pag-ibig!

Percival Campoamor Cruz   Alberto Segismundo Cruz

At, ang "President Coolidge" ay lumabo nang lumabo sa paningin nina Meliton, Nelda at Flordelis.

Percival Campoamor Cruz   Alberto Segismundo Cruz

Alberto Segismundo Cruz was a Filipino

poet, short story writer and novelist. Three of his novels have
been published by Ateneo de Manila Press.

Critic Soledad S. Reyes wrote: "The interconnectedness
between the past and the present was a theme familiar to many

Percival Campoamor Cruz   Alberto Segismundo Cruz

Filipino writers who, in a variety of ways, argued the need to remember the past. Francisco Laksamana, Faustino Aguilar, Lazaro Francisco, Alberto Segismundo Cruz, Macario Pineda, and even Fausto Galauran, among others, constructed narratives enjoining the readers not to be dazzled by the present, but to remember the heroic and noble past of their forefathers."

His works graced the pages of the prime entertainment sources of his time - the newspapers and weekly magazines, such as, Liwayway, Bulaklak, Silahis, Aliwan, Balaghari, Kislap Graphic and, then later, Tagumpay. His short story "Rosa Malaya" was featured in the high school textbook Diwang Ginto. He was included in the top 100 short story writers of his time in a book edited by Pedrito Reyes, "50 Kuwentong Ginto ng 50 Batikang Kuwentista".

Literary honors

1. Holder of the Literary Award Record in short story and poetry in the pre-war Taliba and Liwayway
2. Winner, Commonwealth Literary Contest (1940)
3. Novelist of the Republic for his novel "Muling Pagsilang" (1942), adjudged by a juror headed by the illustrious senator and writer, Claro M. Recto
4. Poet Laureate of the Republic (1947), with Simeon Mercado
5. Winner, book-essay, Rizal National Centennial Commission (1961), with Leopoldo Yabes
6. Winner, poetry, Rizal National Centennial Commission (1961)

Percival Campoamor Cruz   Alberto Segismundo Cruz

7.   1975 Palanca Awards – "Sino ang Bulag at Iba Pang Tula"

As the first accredited vernacular newsman in Malacanang, he was the first newspaperman welcomed by President Manuel L. Quezon to write and translate his speeches, addresses and pronouncements into the National Language, making it possible to bring the message of the Chief Executive and make it better understood by the people. To-be-president Diosdado Macapagal was in the same press relations office in Malacanang, at that time.

As lawyer of the Tondo Foreshore Residents' Association, he was instrumental in the preparation of a bill that granted the right to thousands of poor bonafide occupants of the Tondo foreshore area to purchase the lots they had occupied since liberation on an installment plan basis. He argued for them in the hearings until the bill became Republic Act 559, benefiting thousands of families in the Tondo foreshore area.

Inspired by the late Claro M. Recto and José P. Laurel, he initiated together with Jose Villa Panganiban, who became Director of the Institute of National Language, the project to translate into Filipino all acts and resolutions of the Congress of the Philippines in order that the people may understand better their rights and obligations as citizens.

Percival Campoamor Cruz was his father's apprentice who became a marketing/public relations executive and publisher and, himself, a short story writer.

He was the chief writer and producer of teledramas that aired on Philippine TV from 1981 to 1999.

In 1964 he won the prize for the best one-act play ("Kalupitan ng Nakararami") in commemoration of Andres Bonifacio's Centennial under the auspices of the City Of Manila.

He has published 8 books, collections of short stories he and his father wrote: "May Pakpak ang Pag-Ibig at Iba Pang Kuwento", "Ang Tato ni Apo Pule at Iba Pang Kuwento", "Si Kumareng Cougar at Iba Pang Kuwento", "Ang Kapangyarihan

Percival Campoamor Cruz   Alberto Segismundo Cruz

ng Kanyang Pag-ibig at Iba Pang Kuwento", " Drama Queen and Other Stories", "The Maiden of Ilog-Pasig and Other Stories – all marketed through Amazon.

His website *https://www.tagalogshortstories.net/* is visited by thousands of Filipinos all over the world.

Percival Campoamor Cruz   Alberto Segismundo Cruz

Percival Campoamor Cruz   Alberto Segismundo Cruz

Made in the USA
Monee, IL
28 June 2023

37950077R00085